சன்மார்க்க போதமும் திறவும்

திரு. வி. கலியாணசுந்தரனார்

Title: Sanmarga Bothamum Thiravum

Author: Thiru. V. Kalyanasundaram

Language: Tamil

First Published on: 1944

Year of Publication: 2025

Book Format: Paperback

*Page Size: 6inch * 9inch*

Category: Religious

Subject: Religious Essays

No. of pages: 144

ISBN: 978-81-689884-1-5

Published by: Nilan Publishers, Madurai, Tamilnadu, India

பொருளடக்கம்

முன்னுரை

ஒன்றே குலமும் ஒருவனே தேவனும்

உலகம் பலவிதம் என்பது பழமொழி. இப்பழமொழி உலகத்தின் புறத்தோற்றத்தை ஒட்டிப் பிறந்தது. தோன்றும் புறத்தின் பலவிதம், அகத்தின் ஒரு விதத்தினது பரிணாமம்.

பன்மை காரணமா? காரியமா? ஒருமை இன்றிப் பன்மை இன்மையான், பன்மை காரியம் என்பதை நிறுவிக் காட்டுதற்கு விரிவுரை வேண்டுவதில்லை.

உலகிலுள்ள மார்க்கங்கள் பலவாகத் தோன்றும். அவை களின் உள் நுழைந்து ஊன்றி நோக்கின், அவைகள் யாவும் ஒன்றாகவே விளங்கும். அவ்வொன்று சன்மார்க்கம் என்பது.

மக்கள் வாழ்வில் பெறத்தக்க பேறுகள் பல என்பது பொது மொழி. ஒவ்வொன்றையும் தனித் தனியே பெறுவது அரிது. அப்பேறுகள் எல்லாவற்றுக்கும் அடிப்படையாயுள்ள ஒன்றைப் பெறுவது அவை எல்லாவற்றையும் பெறுவதாகும். அவ்வொரு பெரும் பேறு எது? அது சமரசப் பேறு. சமரசப் பேற்றில் எல்லாம் அடங்கும்.

இப்பெற்றி வாய்ந்த சமரசத்தைக் கூட்ட வல்லது எது? தனித்தனி நாடு - மொழி - நிறம் - வகுப்பு - மதம் முதலியன, உண்மைச் சமரசத்தை வழங்கவல்லன வாகுமா என்பது கேள்வி. இவைகள் பிரிவு உணர்வுகளை எழுப்பிக் கொண்டிருத்தல் வெள்ளிடைமலை. இவைகளினூடே ஒருமையாய்ப் பரந்து நின்று, மேலுங் கடந்து நிற்கும் சன்மார்க்கம் ஒன்றே, உண்மைச் சமரசத்தை வழங்கவல்லது என்னும் நுட்பம் அநுபவத்தில் விளங்குவது. இதனால்

சன்மார்க்கம், சமரச சன்மார்க்கம் என்றும் வழங்கப்படுவதாயிற்று.

சன்மார்க்கத்தில் நின்று, நாடு, மொழி, நிறம், வகுப்பு, மதம் முதலியவற்றை நோக்குவோர்க்குப் பிரிவு உணர்வு தோன்றுதல் அரிது. அவர்க்குச் சமரச உணர்வே தோன்றும். அவ்வுணர்வும் செயலும் பெற்றவர். எல்லாம் பெற்றவராவர்.

சன்மார்க்க உணர்வு இயற்கையிலேயே என்னூடு அமைந்தது. இளமையில் அவ்வுணர்வுக்குச் சில வேளைகளில் அசைவு நேர்ந்ததுண்டு. அவ்வசைவால் எனது இயற்கை உணர்விற்கு அழிவு நேர்ந்ததில்லை.

இவ்வியற்கை உணர்வும், பின்னே யான் கற்கவும் கேட்கவும் வாய்த்த நூல்கள், பெற்ற சேர்க்கை, உற்ற இல்லறம், ஏற்ற தொண்டுகள், பற்றிய இயக்கங்கள், நிகழ்த்திய போராட்டங்கள், செலுத்திய வாழ்வு முதலியவாற்றான் விளைந்த அநுபவமும் சேர்ந்து சன்மார்க்க உணர்வை என்னுள் நிலைபெறுத்தி விட்டன. பலதிறப் பொருள்பற்றி யான் பேசவோ எழுதவோ நேரும்போ தெல்லாம். அப்பேச்சிலும் எழுத்திலும் சன்மார்க்க உயிர்ப்பு, தானே நுழைந்து கொள்ளும்.

உலகம் பலதிறப் போராட்டங்களில் ஈடுபட்டுப் பட்டு அலுத்து அலுத்துச் சோர்வுற்று வருகிறது. சிற்சில இடங்களில் சன்மார்க்க வேட்கையும் ஒரு புடை எழுந்து வருகிறது. உலக முழுவதும் சன்மார்க்கம் பரவும் காலம் சேய்மையில் இல்லை.

இந்நிலையில் சன்மார்க்கத்தைப்பற்றித் தனிநூல் ஒன்று இயற்றுமாறு இயற்கை அன்னை என்னை உந்தினள். அவ்வுந்துதற் கேற்ப, *1933*-ம் ஆண்டில் என்னால் இயற்றப் பெற்றது சமரச சன்மார்க்க போதம் என்னும் இந்நூல். இப்பதிப்பு, சுருக்கத்தின் பொருட்டுச் சன்மார்க்க போதம் என்னுந் தலைப்பைத் தாங்க லாயிற்று. இடையிடை வேறு சில பொருள்களுஞ் சேர்க்கப் பட்டன.

இந்நூற்கண் சத்தின் இயல், மார்க்கத்தின் விளக்கம், சமரசத்தின் சிறப்பு, குருமார் நிலை, சீர்திருத்த முறை, சங்க அமைப்பு முதலியன சுருங்கிய முறையில் விளக்கப் பெற்றிருக் கின்றன. இயற்கையோ டியைந்து வாழ்வது சன்மார்க்கத்தில் நிற்பது என்னும் உண்மை இந்நூலின் உள்ளுறை என்று சுருங்கச் சொல்லலாம்.

சமரச நோக்குடன் யாக்கப்பெற்ற இந்நூலை உலகம் அந்நோக்குடன் ஏற்று ஆதரிப்பதாக.

யாதும் ஊரே யாவருங் கேளிர்

சென்னை,
14 - 6 – 1933

திருவாரூர்-வி.கலியாணசுந்தரன்

குறிப்புரை

சன்மார்க்கத்தைப் பற்றிப் பொதுமுறையில் என்னால் நூல்கள் எழுதப்படுவதுண்டு. அம்மார்க்கத்துக்கென்று சிறப்பு முறையில் என்னால் இரண்டு நூல்கள் யாக்கப்பட்டன. ஒன்று சன்மார்க்க போதம்; மற்றொன்று சன்மார்க்கத் திறவு.

முன்னைப் பதிப்பில் இவ்விரண்டும் தனித் தனியே வெளியிடப்பட்டன. இப்பதிப்பில் இரண்டும் ஒன்று சேர்க்கப்பட்டன. காரணம் இரண்டுக்குமுள்ள தொடர்பேயாகும்.

இராயப்பேட்டை
15 - 7 – 1944

திரு. வி. க.

சன்மார்க்க போதம்

1. தோற்றுவாய்

1. இயற்கையை உடலாக்கொண்டு, என்றும் மாறுதலின்றி, எங்கும் நீக்கமற நிறைந்து நிற்கும், ஒன்றாய், உண்மையாய், அறிவாய், அன்பாய், இன்பாய், அழகாய் உள்ள இறை வாழ்க.

2. இறைக்கு உடலாய் நின்று, திருவிளையாடல் புரியும் இயற்கை வாழ்க.

3. இயற்கை - இறைவழி நின்று, உலகை நடாத்தி வருங் குருமார் வாழ்க.

4. கால தேச வர்த்தமான நிலைமைக்கு ஏற்றவாறு, அவ்வப் போது குருமார்வழிப் பிறந்த அருள் மொழிகள் வாழ்க.

5. அருள்மொழிகளின் பொருளாயுள்ள சன்மார்க்கம் வாழ்க.

6. சன்மார்க்க சங்கம் வாழ்க.

7. சன்மார்க்கம் அநாதி. அது தோன்றிய காலத்தை அறுதி யிட்டுக் கூறுதல் இயலாது. அதற்குப் பல பெயர்கள் வழங்கப்படு கின்றன. அப் பலபட்ட பெயர்களை நீக்கிப் பொருளைப் பார்த்தால் சன்மார்க்கம் ஒன்றே திகழும்.

8. சன்மார்க்க சங்க அமைப்பு .- தலைமை - இறை; அமைச்சு - இயற்கை; நிருவாகக் கூட்டம் - குருமார் திருக்கூட்டம்; உறுப்புக்கள் - எல்லா உயிர்களும்; சந்தா - இரக்கம்.

9. சன்மார்க்கம் உள்ள இடத்தில் சமரசம் உண்டு. சமரசம் உள்ள இடத்தில் சன்மார்க்கம் உண்டு. ஆதலால் சன்மார்க்கத்தைச் சமரசம் என்றோ, சமரச சன்மார்க்கம் என்றோ சொல்லலாம்; சுருங்கிய முறையில் மார்க்கம் என்றுஞ் சொல்லலாம்.

10. சத்+மார்க்கம் = சன்மார்க்கம். சத் - உண்மை; இறை. மார்க்கம் - நெறி; இயற்கை.

11. சன்மார்க்க போதத்தில் புதியது ஒன்றுங் கூறப் புகுகிறே னில்லை. கற்றல் கேட்டலாலும், அறிஞரின் இணைக்கத் தாலும், சிறு சிறு தொண்டுகளில் ஈடுபட்டதாலும் பெற்ற அடைவுகளான், விளங்கிய அறிவு கொண்டு, குருமார் அருளிய உண்மைகளை அடியேன் உணர்ந்தவாறு, அவைகளைத் தொகுத்துச் சுருக்கிக் கூறவே புகுகிறேன்.

12. முனைப்பு ஒதுங்கி ஒழிவதாக. குருமாரின் ஒளி வழி காட்டுவதாக. இயற்கை - இறையின் திருவருள் படிவதாக.

2. சத்

1. சத் என்பது உண்மை; உண்மையாவது என்றும் இருப்பது; உள்பொருள்.

2. உள்பொருள் இருவிதம். ஒன்று என்றும் மாறுதல் அடையாததாய், ஒரே தன்மையதா யிருப்பது; மற்றொன்று மாறுதல் அடைந்து அடைந்து ஒரே நிலையதா யிராதது. முன்னையது அறிவு - சித்; பின்னையது அறிவற்றது - சடம் - மாயை - இயற்கை.

3. இயற்கைக்கும் அறிவெனுஞ் சித்துக்குந் தொடர்பு உண்டு. இத்தொடர்பால் இயற்கை இயங்குகிறது.

4. அறிவற்றது உள்பொருளாயினும் அது மாறும் பண்புடைமையான், அது சத் என்று வழங்கப்படுவதில்லை. மாறாத அறிவுக்கே சத் என்னும் வழக்கு உண்டு.

5. ஈண்டுச் சத் என்பது மாறாத அறிவெனுஞ் சித்தை உணர்த்துவது.

6. சத் என்னும் உண்மை உள்ள இடத்தில் அறிவு உண்டு. அறிவு உள்ள இடத்தில் அன்பு உண்டு. அன்பு உள்ள இடத்தில் இன்பு உண்டு. இன்பு உள்ள இடத்தில் அழகு உண்டு. ஆகவே, சத்தினை - உண்மை என்றும், அறிவு என்றும், அன்பு என்றும், இன்பு என்றும், அழகு என்றும் அநுபூதிமான்கள் கூறிப் போந்தார்கள்.

7. சத் என்பதைப் பற்றி எழுந்துள்ள ஆராய்ச்சிகள் பலதிறத்தன. சத், சடம் என்றும் அறிவு என்றும் - உள்ளது சடம் ஒன்றே என்றும், அதனின்றும் அறிவு பரிணமிக்கிறது என்றும் -

உள்ளது அறிவு ஒன்றே என்றும், அதனின்றும் சடம் பரிணமிக்கிறது என்றும் - சத் ஆன்மா என்றும், அவ்வான்மாவே கடவுள் என்றும்- ஆன்மா வேறு கடவுள் வேறு என்றும் - ஆன்மாவும் கடவுளும் ஒன்றுமல்ல வேறுமல்ல என்றும், அவை பொருளில் வேறாகவும் கலப்பில் ஒன்றாகவும் பிரிவின்றிக் கிடப்பன என்றும்- பலவாறு சொல்லப்படுகின்றன. இன்னோரன்ன தத்துவ நுட்பங்கள் யாவும் பேரறிஞரிடமிருந்து பிறந்தனவே யாகும். ஒவ்வொன்றிலும் அறிவு நுட்பம் இல்லாமல் இல்லை. அங்ஙன மாகக் கருத்துக்கள் பல திறத்தனவாய் அவரிடமிருந்து வெளிவந்தமைக்குக் காரணம் என்னை? காரணம் பலபடக் கூறலாம். இங்கே விரிவு வேண்டுவ தில்லை. பேரறிஞரிடமிருந்து பலதிறப்பட்ட தத்துவ நுட்பங்கள் வெளிவந்தமைக்குக் காரணம் என்ன என்று சரித்திரக் கண் கொண்டு நோக்கின், கால தேச வர்த்தமானங்களில் அவ்வப் போது நிகழும் மாறுதல் என்பது நன்கு புலனாகும். மக்களின் அறிவுநிலை ஒரு தன்மையதா யில்லாது, பலவகைப் பட்டதாய் இருத்தலான், அவ்வந் நிலைக்குப் பயன்படு முறையில் பேரறிஞரிட மிருந்து, அவ்வப்போது தத்துவக் கருத்துக்கள் பலதிறத்தனவாய் வெளிவந்திருக்கும் என்றுங் கூறலாம். ஒருவனே தன் வாழ்வில் பலவிதக் கருத்துடையனாதலும் ஈண்டுக் கருதற்பாலது. ஆகவே, பலதிறத் தத்துவங்கள் அறிஞர் வாயிலாக வெளிவந்ததில் தவறு தலில்லை என்க. அவை யாவும் உலக நலத்தின் பொருட்டு வெளி வந்தன என்று கூறுதல் மிகையாகாது.

8. பலதிறத் தத்துவ நூல்களைப் பயிலலாம்; கேட்கலாம். அவைகளால் அறிவு விளக்கம் உண்டாகும். ஆனால் அவை களைக் கருவிகளாகக் கொண்டு வாதத்தில் இறங்குத லாகாது. காட்டில் பலதிற மரங்களிருக்கின்றன. அம்மரங்க ளெல்லாஞ் சேர்ந்தே காட்டின்பத்தை ஊட்டுகின்றன.

9. சத் என்பது மாறுதலில்லாத உண்மை; மாறுதலில்லாத அறிவு.

10. மாறுதலில்லாத அறிவுக்குக் கருவி கரணங்களில்லை. கருவி கரணங்களுடன் கூடிய அறிவு கட்டுடையது. இவ்வறிவுக்கு நிலைக்களனாயுள்ள கருவி மூளை. உயிர்களின் மூளைகளில் வன்மை மென்மை இருத்தல் கண்கூடு. அவ்வன்மை மென்மை மற்ற கருவி கரணங்களுக்கேற்ற வண்ணம் அமை கின்றன. மனித உலகத்தையும், அதற்குப் படிப்படியாய்க் கீழ்ப்பட்டு நிற்கும் மற்ற உலகங்களையும் நோக்கின், அவைகள் கருவி கரண அமைப்பில் மனித உலகத்துடன் மாறுபட்டிருத்தல் காண்கிறோம். அவ்வவ் வமைப்புக்கேற்ற வண்ணம் மூளையின் தன்மை அமைகிறது. மீன் - பறவை - விலங்கு - மனித - உலகங்களின் மூளைகளைச் சோதித்துப் பார்த்தல், அம் மூளைகள் படிப்படியே மென்மையுற்றுக் கொண்டு போதலை அறியலாம். மற்ற உயிர்களின் மூளையினும் மனித மூளை மென்மையதா யிருத்தலால், மனித உலகம் பலப்பல புதுமைகளைக் காணக்கூடியதாயிருக்கிறது. கூர்தல் (உள்ளது சிறத்தல் - *Evolution*). முறைப்படி, கிடந்த உயிர்கள் ஊர்தலையும், ஊர்ந்த உயிர்கள் பின்னே சிறகைப் பெற்றுப் பறத்தலையும், பறந்த உயிர்கள் பின்னே நாற்கால்களைப் பெற்று நடத்தலையும், இவ்வுயிர்கள் பின்னே தங்கள் முன்னிரு கால்கள் கைகளாகி எழுந்ததும் மண்ணிற் படிந்த தங்கள் பின்னிரு கால்களைக் கொண்டு மக்களாகி வளர்தலையும் பெறலாயின. இவ்வியற்கை வளர்ச்சியில் அவ்வப்போது உள் உறுப்புக் களிலும் புற உறுப்புக்களிலும் உறும் மாறுதல்கள் பல. விளக்கம் உயிர் நூல்களிற் காண்க. இவ்வியற்கை வளர்ச்சியைச் சிந்திக்கச் சிந்திக்க இருகால் மனித நிலைக்கு மேலும் மேலும் நிலைகளிருத்தல் வேண்டும் என்பது விளங்கும். தாழ்ந்த உயிர்கள் இருகால் மனித னாகும் வரை துணைநின்ற இயற்கை, பின்னை வாளா இராது. அஃது உயிர்களை மேலும் மேலும் உயர்த்தத் தன் கடனை ஆற்றிக்கொண்டே யிருக்கும். கூர்தல் முறைப்படி, கருவி கரணங்கள் அருக அருக, மூளை மென்மை உற்று உற்று, அறிவு படிப்படியே விளக்கம் பெறுதல் தெளிவாகிறது. இதனை மனித நிலைவரை நாம் காண்கிறோம். இவ்வாறு

படிப்படியாகக் கருவி கரணங்கள் அருகி அருகி, முற்றும் அற்றுப்போகும் ஒரு நிலையை, ஒவ்வோருயிரும் என்றாதல் ஒருபோது அடைந்தே தீர்தல் வேண்டும் என்று ஊகித்து உணர்தல் கூடும். மேல்நாட்டு இயற்கைக் கலைகளும், கீழ் நாட்டுத் தத்துவக் கலைகளும் நெருங்கி நெருங்கி, உறவாடி உறவாடி, ஒன்றுபடப்பட இந்நுட்பங்கள் பல வெளியாகும். கருவி கரணங்களைப் பெற்றுப் பெற்றுப் படிப் படியாக விளங்கி விளங்கி, அவ்வவ்வளவில் கருவி கரணங்களி னின்றும் விடுதலை அடைந்து, அடைந்து முற்றும் கருவி காரணங்களை இழந்து நிற்கும் அறிவு எத்தன்மையதாயிருக்கும்? அவ்வறிவு கட்டின்றித் தன் முழு இயல்புடன் இனிது விளங்கும். கட்டிலிருந்த அறிவுக்கு, இயற்கையின் துணை நல்கிக் கருவி கரணங்களைத் தந்து, அவ்வறிவை விளக்கி விளக்கித் தன்னைப் போலாக்குதற்கு என்றுங் கட்டில்லா ஓர் அறிவு தேவை என்று சொல்ல வேண்டுவதில்லை. அவ்வறிவே சத் என்பது. சத்தெனும் அறிவும் கருவி கரணங்களுடைய தாயின், அது கருவி கரணத் தொடக்குடைய அறிவை மேல் நிலைக்குக் கொண்டுவர இயலாததாய்க் கிடக்கும். ஆகவே, இயல்பாகக் கருவி கரண மில்லாத அறிவே சத் என்று உணர்க.

11. கருவி கரணமில்லாத அறிவு, கட்டில்லாததாதலின், அஃது என்றும் மாறுதலின்றி, ஒரு தன்மையதாயிருப்பது.

12. கட்டுள்ள அறிவென்றும், கட்டில்லா அறிவென்றும் அறிவு இருவிதம் ஏற்படுதல் சிந்திக்கத்தக்கது. கட்டு என்பது அறியாமை. அறிவு ஒன்றோ இரண்டா என்பதைப் பற்றிப் பலதிற ஐயப்பாடுகள் உண்டு. அவைகளை விரிக்கிற் பெருகும். முக்கிய மான இரண்டொன்று வருமாறு:- அறிவு இரண்டு என்றும், அவை சிற்றறிவு பேரறிவு என்றும், மண் புனல் தீ காற்று ஆகியவற்றில் வெளி (ஆகாயம்) நீக்கமற நிறைந்திருப்பது போலச் சிற்றறிவில் பேரறிவு நீக்கமற நிறைந்து நிற்கிறதென்றும், அறியாமை இயல்பாயுள்ள அறிவு சிற்றறிவு என்றும், அறியாமையே இல்லா அறிவு பேரறிவு என்றும், அறியாமை உள்பொருள் என்றும், அநாதி என்றும்,

அவ்வறியாமையி னின்றும் அறிவு விடுதலை அடைந்து பேரறிவில் இரண்டறக் கலப்பது வீடுபேறு என்றும், வீடுபேற்றில் அறியாமை ஞாயிற்றின் ஒளி முன்னே தாரகைகள் ஒடுங்குதல் போலப் பேரறிவின் முன் ஒடுங்கிக் கிடப்பதென்றும், அறிவு இரண் டெனில் ஒன்றுள்ள இடத்தில் மற்றொன்றிராதென்றும், ஆகவே அறிவு ஒன்றே என்றும், அதற்கு அறியாமை இயல்பில் இல்லை என்றும், அறியாமை உள்பொருள் அன்று என்றும், அது கானற்சலம் போன்றதொன்று என்றும், விவகாரத்தில் அஃது இருப்பதே போல் தோன்றுவதென்றும், பார மார்த்தத்தில் அதற்கு இருப்பு இல்லை என்றும், அறியாமையின் பொய்மை தெளிந்து அறிவாதல் வீடுபேறு என்றும் உலகம் பலவாறு கூறுகிறது.

13. அறியாமையைப் பற்றி எழுந்துள்ள சிக்குகள் பல. அச்சிக்குகள் அறுந்தால் உண்மை விளங்கும். அச்சிக்குகள் அறுதற்கு அறியாமை உள்பொருளா இல் பொருளா ஆதியா அநாதியா என்னும் வாதத்தில் இறங்குவது அநாவசியம். வாதம் எப்பொழுதும் உண்மை உணர்த்துவது அரிது. அறியாமையை உள்பொருள் என்போரும், இல்பொருள் என்போரும், ஆதி என்போரும், அநாதி என்போரும் விடுதலைக்கு முயலுதல் வேண்டுமென்னுங் கொள்கை யுடையவர். பொய் அறியாமையி னின்றோ அல்லது மெய் அறியாமையினின்றோ விடுதலை அடைவதற்குரிய முயற்சியில் தலைப்படுவது அறிவுடைமை. வாதத்தில் இறங்குவது அறிவுடைமை யாகாது.

14. கருவி கரணமின்றியும் கட்டின்றியும் உள்ளது சத்தெனும் அறிவு ஒன்றே.

15. ஒன்றாயுள்ள சத்தெனும் அறிவுக்கு இருவித நிலை உண்டு. ஒன்று எல்லாவற்றையுங் கடந்தது; மற்றொன்று எல்லா வற்றிலுங் கலந்தது. எல்லாவற்றிலும் என்றது இயற்கையை.

16. இயற்கையெங்கும் நீக்கமற நிறைந்திருக்கும் அறிவு நிலையை இறை என்றனர் ஆன்றோர். எங்கும் இறுத்தலை யுடையது இறை.

17. எல்லாவற்றையுங் கடந்த தனி அறிவு நிலை ஊர் பேர் அற்றது. அதையும் இறை என்பது உலக வழக்கு.

18. எல்லாவற்றையுங் கடந்த இறைநிலை வாக்கு மனங்கடந்தது; வழிபாட்டுக்கு உரியதாகாது. எவ்வெவற்றிலுங் கலந்த இறை நிலையே வழிபாட்டுக்கு உரியது.

19. அறிவு விளங்கும் இடத்தில் அன்பு நிகழ்தலும், அறிவு விளங்காது அறியாமைக் கட்டுள்ள இடத்தில் பகைமை முதலியன நிகழ்தலும் அநுபவத்தில் அறிவன. இறை, என்றுங் கட்டில்லா அறிவாயிருத்தலான், அஃது என்றும் அன்பா யிருப்பது.

20. அன்பில் இன்பு இருத்தல் வெள்ளிடைமலை. இறை அன்பாயிருத்தலான், அஃது என்றும் இன்பாயிருப்பது.

21. இன்பம் பொதுவாக எப்பொழுது பிறக்கிறது? நெஞ்சை அழகு கவரும்போது இன்பம் பிறக்கிறது. இறை, என்றும் இன்பமா யிருத்தலான், அஃது என்றும் அழகாயிருப்பது.

22. சத்தெனும் இறை ஒன்றற்கே உலகில் பல மொழியில் பல பெயர்கள் வழங்கப்படுகின்றன. ஒவ்வொரு பெயரையும் ஒவ்வொரு கடவுளாகக் கொள்வது அறியாமை. நீருக்கு உலகில் எவ்வளவோ பெயர்கள் வழங்கப்படுகின்றன. அப்பெயர்களின் பொருளாக உள்ளது நீர் ஒன்றே.

23. கட்டில்லா அறிவாய், அகண்டமாய், எல்லாவற்றையுங் கடந்துள்ள சத், மன உணர்வுக்கு எட்டாதது.

24. உணர்வு பலதிறந்தது. அது, கண் உணர்வு என்றும், காது உணர்வு என்றும், மூக்கு உணர்வு என்றும், நா உணர்வு

என்றும், உடல் உணர்வு என்றும், மன உணர்வு என்றும் பலபட்டு நிற்பது.

25. கண் முதலிய உணர்வுகட்கு அடிப்படை மனஉணர்வு.

26. மனம் வெளிமனம் என்றும், உள்மனம் என்றும் இருவகைப்படும். இவை முறையே உருவ மனம் என்றும், அருவ மனம் என்றுஞ் சொல்லப்படும்.

27. வெளி மனம் உருவங்களைக் கொள்ளவல்லதென்றும், உள் மனம் உருவங் கடந்தவைகளைக் கொள்ளவல்ல தென்றும் சாதாரண உலகஞ் சொல்லும். மற்ற உலகம் அங்ஙனஞ் சொல்வ தில்லை.

28. உள் மனம், நடு மனம் அடி மனம் என்று பிரியும் போது, வெளி மனத்தை முதல் மனம் என்று கொள்வது முறை.

29. முதல் அடி என்னும்போது நடு தொக்கியிருத்தல் இயல்பு. அது முதலையும் அடியையும் நோக்கி நடுவில் நிற்றலால் அதை முதலுடன் சேர்த்தோ அடியுடன் சேர்த்தோ விடுவது மரபு.

30. இங்கே சுருங்கிய முறையில் வெளி மனம் உள்மனம் என்று சொல்லப்பட்டது.

31. வெளி மனம் புலன்களுடன் உழல்வது. உள்மனம் புலன்களின் தொடர்பற்றது.

32. வெளி மனம் ஒழுக்கத்தை நிலை பெறுத்தாது. ஒழுக்கத்தை நிலைபெறுத்தவல்லது உள் மனம். உள் மனம் ஒழுக்கக் கோயில்.

33. உருவமும் அருவமும் சேர்ந்த ஒன்றே அருவுருவ மென்பது. அருவுருவம் அருவத்திலும் உருவத்திலும் அடங்கி நிற்றலான், அதைத் தனிப்படுத்தாது உருவம் அருவம் என்று சொல்வது உலக வழக்காயிற்று.

34. உருவங்களில் பருமை நுண்மை உண்டு. பருமை உருவங்கள் கண்ணுக்குப் புலனாவன; நுண்மை உருவங்கள் கண்ணுக்குப் புலனாகாதன.

35. பருமை உருவங்களைக் கொள்வது வெளி மனம்; நுண்மை உருவங்களைக் கொள்வது உள் மனம்.

36. நுண்ணுருவம், அருவம் என்று சொல்லப்படும்.

37. அருவம், உருவ மற்றதன்று. அருவம் கண்ணுக்குப் புலனாகாமையால் அதை உருவமற்றதென்று சொல்வது தவறு. அருவம் கண்ணுக்குப் புலனாகாத நுண்ணுருவமுடையது.

38. அருவம் எண்ணம்போன்றது. எண்ணத்துக்கும் உருவம் உண்டு என்பது தத்துவ நூலார் துணிபு.

39. உருவம் மாயா காரியம்; இயற்கைக் கூறு.

40. மாயைத் தொடர்பு உள்ளவரை உருவம் எவ் வழியிலாதல் தலைகாட்டும்.

41. மாயை பிருதிவி முதல் நாதம்வரை காரியப்பட்டு நிற்பது. நாதங் கடந்ததும் உருவம் நழுவும்.

42. சத் என்பது உருவ அருவங்களில் கலந்து விளங்கி, அவைகட்கு மேலும் தனித்து விளங்குவது.

43. உருவ அருவ நிலைகளைக் கடந்து விளங்குந் தனித்த சத், இருவித மன உணர்வுக்கும் எட்டாதது.

44. இருவித மன உணர்வையும் பொதுவாக மன உணர்வு என்று கொள்ளலாம்.

45. மன உணர்வுக்கு மேற்பட்ட நிலைகளும் உண்டு.

46. மன உணர்வுக்கு எட்டாத தனித்த சத்தின் இருப்பை, மன உணர்வினர் எப்படி உணர்வது?

47. மன உணர்வினர் தனித்த சத்தினை நேரே உணர்தல் இயலாதாயினும், அதன் இருப்பை அவர் உணர்தற்குக் கருவி இல்லாமலில்லை. கருவி எது? இயற்கை. இயற்கையைக் கொண்டு சத்தின் இருப்பை உணர்தல் கூடும்.

48. நமது உடலில் உயிர் இருக்கிறது. அதன் உண்மையை எவ்வாறு உணர்கிறோம்? உடல் வாயிலாக அன்றோ உணர் கிறோம்? அதேபோல இயற்கை வாயிலாகச் சத்தெனும் இறை உண்மையை உணர்தல் கூடும். இயற்கை உடல்; இறை உயிர்.

49. இறையை விடுத்து இயற்கை நிற்பதில்லை. இயற்கையிலே முற்றும் எங்கும் நீக்கமற இறை நிற்கிறது.

50. இயற்கை என்றும், இறை என்றும் சொல்லாலே பிரித்துக் கூறலாமேயன்றி, இரண்டையும் பொருளாகத் தனித்தனியே பிரித்துக் காண்டல் இயலாது. இயற்கைக்கும் இறைக்கும் உள்ள தொடர்பு பிரிவற்றது.

51. இயற்கைக்கும் இறைக்கும் உள்ள பிரிவற்ற தொடர்பைக் கொண்டு, இறையை, இயற்கை - இறை என்றும் சொல்லலாம்.

52. இறை உயிராய், இயற்கையில் எங்கும் நீக்கமற நிற்றலான், இயற்கையாகிய உடல் இயங்கி இயங்கித் தன் கடனாற்றுகிறது. இயற்கையின் இயக்கத்தைச் சிந்திக்கச் சிந்திக்க இறை உண்மையை உணரலாம்.

53. மன உணர்வு உடையோர், உடலாம் இயற்கையை விடுத்து, உயிராம் இறையைத் தனித்து உணர்தல் அருமை.

54. இறை, இயற்கை அளவில் நிற்பதன்று; இயற்கைக்கு மேலுங் கடந்து நிற்பது. இயற்கை கடந்த இறை நிலையின் நுட்பம் மன உணர்வைக் கடந்த பின்னையே விளங்கும். அது பேச்சற்ற அநுபூதி நிலை. மன உணர்விலே அப்பேச்சு எற்றுக்கு? அநுபூதியில் விளங்கத்தக்க ஒன்றைப் பேசிப் பேசி உலகம் இடர்ப்பட்டது போதும்! போதும்!!

55. மன உணர்வுடன் இருந்துகொண்டு, அவ்வுணர்வுக் கெட்டாது, இயற்கையையுங் கடந்து நிற்பதாயுள்ள அகண்டாகார அறிவாய தனி இறையைப் பற்றிப் பேசுவதும் எழுதுவதும் அரிய காலத்தை வீணில் கழிப்பதாகும்.

56. உண்மை கண்ட ஞானிகள், வாக்கு மனங் கடந்த தனி இறை அறிதற் கரியதென்று அருளிய மொழிகள் பலபடக் கிடக் கின்றன. அறிதற்கரிய ஒன்றை அறிதற்கரியது என்று அவர்கள் அருளிப் போந்ததன் நோக்கம் என்னை? அவர்கள் நோக்கம், மன உணர்வினர், வாக்கு மனங் கடந்த தனி இறையைப் பற்றிப் பேசிப் பேசிக் காலத்தை வீணே கழியாது, இயற்கை - இறையைத் தியானித்துப் பண்படவேண்டுமென்பது.

57. இயற்கை - இறையைத் தியானித்துப் பண்பட்ட மனம், நாளடைவில் தானே ஒடுங்கி அடங்கும். அதற்குமேல் சில படிகளைக் கடந்து விளங்குவது அநுபூதி நிலை.

58. படிகள், புருடன் கலை விந்து நாதம் முதலியன. நாதங் கடந்த நிலை சொல்லுக்கு அடங்காதது.

59. அநுபூதி நிலையைப் பெறுவிப்பது இயற்கை - இறை. அவ்வியற்கை - இறைவழி நிற்பது மன உணர்வினர் கடன்.

60. இயற்கையை அன்னை என்றும், இறையை அப்பன் என்றும் கூறுவது கவிமரபு.

61. இயற்கை - இறையைக் கவிகள் மனம்போனவாறு பாடிய பாக்களினின்றும் பல வடிவங்கள் பிறக்கலாயின. அவ் வடிவங்கள் இயற்கைப் படங்களாகும். அப்படங்களை, இயற்கை - இறையை நினைவூட்டுங் கருவிகளாகக் கொள்ளவேண்டுமே யன்றி, அவைகளை இயற்கை - இறையாகவே கொள்ளுதல் கூடாது. இவ்வாறே இயற்கைக் கூறுகள் வடிக்கப்பெறும் ஓவியங்களையுங் கொள்ளுதல் வேண்டும். நமது நெஞ்சம் இயற்கையினிடஞ் சென்று

படிவதற்குக் காவிய ஓவியங்கள் பாலம் போலத் துணை செய்வன.

62. இறையை உயிராக்கொண்டு, தான் உடலாக நின்று, இயற்கை அன்னை தாங்கும் பலதிற அழகுக் கோலங்களும், அவள் புரியும் பலதிறத் திருவிளையாடல்களும், இறையின் இயல்கள் என்று சொல்லப்படும் அறிவு அகண்டம் அன்பு இன்பு அழகு முதலியனவும் பாக்களாகவும், ஓவியங்களாகவும், கதை களாகவும், நாடகங்களாகவும், பிறவாகவும் புலவர்களால் எழுதப் படுவதுண்டு. அவைகளை அவ்வவ்வாறே பொருளாக் கொள்வது தவறு. அவைகள் அறிவிக்கும் இயல்களை உன்னி உன்னி இன்புறுவது அறிவுடைமை. ஒரு நாட்டிற்கோ ஒரு கொள்கைக்கோ பிற எதற்கோ அறிகுறியாகக் கொடி பறக்க விடப்படுகிறது. அக்கொடி எதற்கு அறிகுறி என்பதை உணர வேண்டுமேயன்றிக் கொடிச் சீலையையும் நிறத்தையும் பொருளாக் கொள்வது அறிவுடைமை யாகாது.

63. இறை பிறப்பதுமில்லை; இறப்பதுமில்லை. அஃது என்றும் மாறுதலின்றி ஒரு தன்மையதா யிருப்பது.

64. உலகு உய்யக் கடவுள் மனிதராக அவதாரஞ் செய்கிறார் என்று சில இடங்களில் சொல்லப்படுவது உண்டு. அஃது உபசாரமேயன்றி உண்மையன்று.

65. உலகின் பொருட்டு அவ்வப்போது அவதாரஞ் செய்வோர் குருமாரே யாவர்.

66. குருமார் கடவுளாகவும், கடவுள் அவதாரமாகவும் சிற்சில இடங்களில் போற்றப்படுகிறார்; வீரரும் அவ்வாறே சிற்சில இடங்களில் போற்றப்படுகிறார். இதற்கு அடிப்படை யான காரணம், அன்பும் நன்றியறிதலும் ஆகும். அன்பும் நன்றியறிதலும் எல்லாஞ் சொல்லச் செய்வது இயல்பு.

67. வீரரைக் குருமாரினத்தில் சேர்த்தல் மரபாகியது.

68. குருமார் என்போர் தமக்கென ஒன்றில்லாதவராய், முனைப்புச் சிறிதுமின்றி, இயற்கை - இறைவழி நின்று, இறையொளி கண்டு, கருவி கரணச் சேட்டை ஒழியப் பெற்றவராய், கருவி கரணமெல்லாம் அமுதூறப் பெற்றவராய், இறையொளி நீங்காது விளங்கும் நெஞ்சத் தாமரை யுடையவராய், என்றும் அருளே யுடையவராய், சிவந்த பொன் வண்ணராய், இயற்கை வழிபாட்டாலும், பயன் கருதாப் பணியாலும் தம்மைப் பண்படுத்திக்கொண்ட உயிர்கட்கு மெய்ம்மொழி கூறி உண்மை விளக்குவோராய் இருப்பவர்.

69. குருமார் இறைவழி நிற்பவர்; ஆனால் அவர் இறையல்லர்.

70. எங்கும் இயங்கும் மின்சாரம், பொறி அமைத்துத் தொழிற்படுத்துமிடத்தே விளங்கித் தோன்றுவதுபோலக் கருவி கரணமின்றி எங்குமுள்ள சத், குருமாரின் நெஞ்சத் தாமரையில் ஒளியாய் நீக்கமின்றி விளங்கிக் கொண்டிருக்கும்.

71. சத்தெனும் இறை, கருவி கரணங்கள் இல்லாததாத லாலும், அவ்விறையைக் காண்டல் அரிதாதலாலும், அதனொளி விளங்கும் நிலைக்களனாய்த், தமக்கென ஒன்றின்றி, அதன்வழி நின்று, அதன் அருளால் எதையும் நிகழ்த்து வோராய்க் குரு இருத்தலாலும், அக்குரு வாயிலாக உண்மை உணர்வதாலும் அவரைக் காணுங் கடவுளாகக் கொள்ள வேண்டுமென்பது ஒருவித மரபு. கடவுளும் குருவும் வேறாயினும், குரு வாயிலாகக் கடவுளை அடைதலாலும், குருவுக்குச் செலுத்தும் வந்தனை வழிபாடுகள் யாவும் கடவுளைச் சேர்தலாலும் இருவரையும் பிரித்துக்கூறாது, ஒன்றுபடுத்திக் கூறுதல் வேண்டுமென்பது மற்றொருவித மரபு. இருவரையும் ஒன்றுபடுத்துவதால் நாளடைவில், கடவுள் கருவி கரணமுடையார் என்னுங் கொள்கை பிறத்தற்கு இடம் நேர்தலால், இருவரையும் பிரித்துக் கூறுதல் வேண்டு மென்பது இன்னொருவித மரபு. கடவுளே குருவாக வருவதில்லை; ஆனால் கடவுளின் கூறுகள் குருவாக

வருகின்றன என்பது வேறொருவித மரபு.
இம்மரபுகளினின்றும் பிரிந்து படர்ந்த கொடிகள் பலப்பல.

72. மரபுகள் பலவாக உலகில் தோன்றிவிட்டன. அவை களின் நுட்பங்களைச் சமரச நோக்குடன் பார்க்கப் பழகுதல் வேண்டும். உலகம் பலவிதம். எல்லார் முகமும் ஒன்றாயமைவ தில்லை. எல்லார் கருத்தும் ஒன்றுபட்டிருப்பதில்லை. ஒவ் வொருவர்க்கு ஒவ்வொருவிதச் சுவையில் விருப்புத் தோன்றுதல் இயல்பு. ஒரு மரமே பலப்பல கவடுசோடுகள் விட்டுப் பிரிந்து, பலப்பல இலை அரும்பு மலர் காய் கனிகளையுந் தாங்கி நிற்கிறது. ஒரு பேர் யாற்றினின்றும் எத்துணையோ கால்வாய்கள் பிரிந்து பிரிந்து ஓடுகின்றன. இவ்வாறே மரபுகளும் ஒன்றி லிருந்தே நாளடைவில் பலவாய்ப் பெருகிவிட்டன. மரபுகள் யாவும் இறை - இயற்கை - குரு - இவைகளை ஒட்டியே சுழன்று சுழன்று நிலவிக் கொண்டிருக்கின்றன. அவ்வம்மரபை அவ்வம் மரபினர் மனங்கொண்டு பார்த்தால் பிணக்குக்கு இடமிராது.

73. சில இடங்களில் குருமாருக்கு வழங்கப்படும் பெயர்கள் கடவுளுக்கும் வழங்கப்படுகின்றன. அப்பெயர்களைப் பற்றிய வாழ்த்தும் வணக்கமும் எங்கே சாரும்? அவை குருமார் வாயிலாக எல்லாம்வல்ல இறைையயே சாரும்.

74. அவரவர் அறிவாற்றலுக்கு ஏற்றவண்ணம் இறை யுண்மை விளங்கும். அவ்வவ்வாற்றலளவில் எழும் வாழ்த்தும், நிகழும் வணக்கமும் சத் ஒன்றையே சாரும். வாழ்த்தும் வணக்கமும் மெய்யன்புவழி நிகழ்தல் வேண்டும்.

75. கருவி கரணமிலாச் சத்தெனும் இறை ஒன்றே, குருமார் உள்ளத்தைக் கோயிலாக் கொண்டு, கால தேச வர்த்தமான நிலைகளை ஒட்டி, அவ்வந்நாட்டு மொழியில் மறையை அருளிச் செய்கிறது. ஆகவே குருமார் மொழிகள் எல்லாம் இறையின் மறைமொழியே யாகும்.

76. இறைவனுக்கு இயற்கையுங் கோயில்; குருமாருங் கோயில். இவ்விரு கோயில் வழிபாட்டையும் இயற்கை வழிபாடாகவே கொள்ளலாம்.

77. இறையை விடுத்து இயற்கையை மட்டுங் கொள்வோர் சிலர் இருக்கிறார். இயற்கை புலனாகும் ஒன்றாதலானும், இறை புலனாகா ஒன்றாதலானும் இயற்கையை மட்டுங் கொள்ளுதல் வேண்டுமென்பது அவர்தங் கொள்கை. அக்கொள்கை யுடையாரை இறை நேயர்களிற் சிலர் நாத்திகரெனக் கூறுவது வழக்கம். இதனை ஒட்டி வாதங்கள் எழுகின்றன. வாதமின்றி இருசாராரும் வாழ்வு நடாத்தலாம். இருசாராரும் மன உணர்வு உடையவராதலின், இருவர்க்கும் இறை புலனாவதில்லை. இருசாராரும் இயற்கையோ டியைந்த வாழ்வு நடாத்துவதில் ஒருமைப்பாடுடையவர். பிணக்கு எற்றுக்கு? இயற்கை உடல்; இறை உயிர். உடல்வழி நிற்பது, உயிர்வழி நிற்பதாகும். இயற்கையை மட்டுங் கொள்வோர் இறையை மறுத்தோ பழித்தோ கூறாமலும், இவரை மற்றவர் நாத்திகரென இகழாமலும் இருசாராரும் இயற்கைவழி நின்று கடனாற்றல் அறிவுடைமை இயற்கை நெறியே இறை நெறி.

78. இறை உயிர் ; இயற்கை உடல் என்னும் எண்ணத் துடன் இயற்கைவழி நிற்போரும், அவ்வெண்ணம் இன்றி இயற்கைவழி நிற்போரும் செயலில் ஒருமைப் பாடுடையவர். செயலில் ஒருமைப்பாடுடையவர் ஒருவரோ டொருவர் பிணங்க வேண்டுவதில்லை.

79. இறை உண்டு என்பது ஆத்திகம் என்றும், இறை இல்லை என்பது நாத்திகம் என்றும் சொல்லப்படுகின்றன. இறை உண்டு இல்லை என்னும் வாய்ப்பேச்சைக் கொண்டு, ஆத்திக நாத்திக நிலையை அளந்து கூறுதல் இயலாது. இயற்கை நெறி நிற்றல் நில்லாமை என்னுஞ் செயலைப் பொறுத்து ஆத்திக நாத்திக நிலை நிற்பது.

80. இயற்கையோடியைந்த வாழ்வு நடாத்துவோர் ஆத்திகர். அவ்வாழ்வு நடாத்தாது வேறு வழியில் செல்வோர் நாத்திகர்.

81. இயற்கையோடியைந்த வாழ்வு என்பது உயிர்கள் வழிபாட்டையும் உடன்கொண்டது.

82. சத்தினைத் தனிப்படுத்தி, அதை மன உணர்வால் ஆராய்ந்து ஆராய்ந்து, காலம் போக்காது, அதனை அடைதற் குரிய மார்க்கத்தில் நின்றொழுகுவது சிறப்பு.

83. சத்தினை அடைதற்குரிய மார்க்கம் எது?

3. மார்க்கம்

1. சத்துக்குரிய மார்க்கம் இயற்கை. சத் - இறை ; மார்க்கம் - இயற்கை.

2. இயற்கையோடு இயைந்து வாழ்வது சத்மார்க்கம். (சத்தை அடைதற்குரிய மார்க்கம் சத்மார்க்கம் - சன்மார்க்கம்).

3. இயற்கையோ டியைந்து வாழ்வது என்பதும், இறையோ டியைந்து வாழ்வது என்பதும் ஒன்றே.

4. இறை, புலனாகாது இயற்கையுடன் எங்கும் என்றும் நீக்கமற நிறைந்து நிற்கும் ஒன்றாதலான், மன உணர்வினர் இயற்கையை விடுத்து இறையைத் தனியே நாடுதல், நீர் வேட்கையைத் தணித்துக்கொள்ளக் கானற் சலத்தை நாடி ஓடினவன் கதையாக முடியும்.

5. இயற்கையும் இறையும் பிரிவின்றி இருத்தலானும், இறையை விடுத்து இயற்கை நிற்றலின்மையானும், இயற்கை என்னும்போது அஃது இறையையுங் குறிப்பதெனக்கொள்க.

6. இயற்கைக்கும் இறைக்கும் உள்ள ஒருமைப்பாட்டைப் புலப்படுத்த இறையை, இயற்கை - இறை என்றோ, இயற்கை என்றோ கூறலாம்.

7. மன உணர்வு உடையோர், மார்க்கமாகிய இயற்கையைப் பற்றுக்கோடாகக்கொண்டு வாழ்வது ஒழுங்கு. அவர்க்கு அது சிறந்த வழிபாடாகும்.

8. இயற்கையில் மனம் படியத் தக்க துறைகளில் மக்கள் இறங்கப் பயில்வது நல்வாழ்வுக்கு அடிகோலுவதாகும்.

9. இயற்கைத் துறை நண்ணி, இறை இன்பம் நுகர முயலாது, இயற்கையை வெறுத்து, நெறியல்லா நெறியில் உழலுதல் கூடாது.

10. இயற்கையை வெறுப்பது இறையை வெறுப்பதாகும். இயற்கை, இறையின் உடலாதலால் இயற்கையை வெறுப்பதும் நாத்திகமாகும்.

11. இயற்கை வாழ்வை வெறுப்பது துறவு என்று சில இடங்களில் கருதப்படுகிறது. அது தவறு.

12. துறவு என்பது என்னை? இயற்கைக் குணத்துக்கு மாறுபட்ட செயற்கைக் குணத்தை நீப்பது துறவாகும்.

13. தன்னுயிரைப் போல் மன்னுயிரைக் கருதுவது உயிரின் இயற்கைக் குணம். அவ்விழுமிய குணம் விளங்காதவாறு அதனை மறைப்பது செயற்கைக் குணம்.

14. செயற்கைக் குணத்தின் வரலாற்றை ஆராய்வதில் பொழுது போக்க வேண்டுவதில்லை. செயற்கைக் குணமிருத்தலை நாம் உணர்கிறோம். அதனை அகற்ற முயல்வது அறிவுடைமை.

15. பொறை, அன்பு, அருள், வண்மை, தனக்கென வாழாமை, பிறர்க்கென வாழ்தல், அவ்வாழ்வுக்குரிய தொண்டாற்றல், இன்ன பிற - இயற்கைக் குணத்தின் கூறுகளாம்.

16. பொறாமை, எரி, பகை, வன்கண்மை, தனக்கென வாழ்தல், பிறர்க்கென வாழாமை, பிறர் நலங் கருதித் தொண்டாற்றாமை, இன்ன பிற - செயற்கைக் குணத்தின் கூறுகளாம்.

17. துறவு என்பது செயற்கைக் குணத்தை நீப்பது.

18. செயற்கைக் குணத்தை நீத்து, இயற்கைக் குணத்தில் நிலைத்திருப்பின், இன்ப வாழ்வு கூடும்.

19. செயற்கைக் குணத்தை எப்படி நீப்பது? இயற்கையை வெறாது, அதனுடன் இயைந்து வாழ வாழச் செயற்கைக் குணம் தானே ஒழியும். இயற்கை வாழ்வை வெறுப்பது செயற்கைக் குணத்தை நீப்பதாகாது.

20. உடலையும், பெண் ஆணையும், ஆண் பெண்ணையும், மண்ணையும், பொன்னையும், இன்ன பிறவற்றையும் வெறுத்து நீப்பது இயற்கை வாழ்வாகாது.

21. இயற்கை வாழ்வுக்குரிய உடல் முதலியவற்றை வெறுத்து நீத்தலைத் துறவெனக் கருதுவது பாவம்.

22. முதலாவது உடலை நன் முறையில் ஓம்புதல் வேண்டும்.

23. உடல், உயிர் விளக்கத்துக்கென இயற்கை - இறையால் வழங்கப்பட்ட உடைமை. உடல், இயற்கையின் காரியம். அஃது இறையின் கோயில்.

24. இயற்கைக் காரியம், ஒவ்வொருவித உடலாக அமைந்து அமைந்து, உயிரைப் படிப்படியே விளக்கி விளக்கி, அதனை அறியாமையினின்றும் விடுதலை செய்து வருகிறது. அத்தகைய உடலை ஓம்பவேண்டுவது நம் பெருங்கடமை.

25. உடலை மாயை எனக் கருதி, அதனை வெறுத்தலும், ஒறுத்தலும், தீயொழுக்கத்துக்குப் பாழ்படுத்தலும், அகால மரணத்துக்கு உட்படுத்தலும் பாவம்; பாவம்; பெரும்பாவம்.

26. உடல், இறைகோயில் அதை நோய்க்குடிலாக்குவது தவறு. அதனால் உயிர்நலனுக்குக் கேடு நேரும்.

27. உயிரின் கட்டை அறுப்பதற்கு உடல் ஒரு கருவி. அக் கருவியைப் பழுதுபடுத்தல் உயிரின் நலத்துக்குக் கேடு சூழ்வதாகும்.

28. உடலோம்புவது இயற்கை வாழ்வுத்துறைகளுள் ஒன்று.

29. உடலோம்பலுக்குரிய துறைகளை ஈண்டு விரிக்கிற் பெருகும். இன்றியமையாத சில வருமாறு :- மரஞ் செடிகள் சூழ்ந்து, காற்றும் ஒளியும் எளிதில் பரந்து படரும் வீட்டில் வாழ்தல், வைகறைத் துயிலெழல், காலைக் கடன்களை முடித்தல், கதிரொளியில் மூழ்கல், காற்றில் உலவல், குதிரை ஏற்றமோ, பந்தாட்டமோ, நீராடலோ, கடற்செலவோ, தரைச் செலவோ இவைகளில் ஒன்றையோ சிலவற்றையோ கொள்ளல், இயற்கை - இறையை நினைத்தல், பொருந்திய உணவு அருந்தல், பசிக்கனல் எழுந்த பின் சாப்பிடுதல், குறித்த வேளையில் கடனாற்றல், எரி பகை முதலியவற்றை எழுப்பும் துறைகளிலும் தொழில் முறை களிலும் ஈடுபடாதிருத்தல், இயற்கைப் பொருள்களை விருப்பொடு நோக்கி நோக்கி, உன்னி உன்னி மகிழ்தல், பெண்ணுடன் ஆணும் ஆணுடன் பெண்ணும் கலந்து வாழ்தல், ஒழுக்கங்காத்தல், பாவிய ஓவியங்களிற் கருத்திருத்தல், பிற உயிர்கட்கிரங்கல், தீங்கு செய்வோர்க்கும் நலஞ்செய்தல், இன்னோரன்ன பிற.

30. நல்லுடலுக்கு அறிகுறி மலச்சிக்கலின்மை. மலச் சிக்கலே எல்லா நோய்கட்குந் தாயகம்.

31. மலம் சிக்கித் தங்கிப் பழமையாய், நஞ்சாய், உறுப்புக்களில் ஊறும். அதனால் நஞ்சு எவ்விடத்திலேனும் நோயரய்த் தலைதூக்கும். அந்நோய்க்குப் பலவிதப் பெயர்கள் மருத்துவரால் சூட்டப்படுகின்றன.

32. தங்கு மலம், பழமை ஆக ஆக, அது நஞ்சாகி, நாடி நரம்புகளில் தேங்கி, மூளையையும் பற்றும்.

33. மலநஞ்சேறப்பெற்ற மூளையினர்க்கு அமைதித் தியானங் கூடுதலரிது. அவர்க்குத் தியானங் குலைந்து கொண்டே போகும்.

34. தியானம் உடல் நலனுக்கும் உயிர் நலனுக்கும் வேண்டற் பாலது. இது பின்னுங் கூறப்படும்.

35. மலச்சிக்கலால் வெம்மை எழும். அவ்வெம்மை பலவிதத் தீயொழுக்கங்கட்கு வழிகோலும்.

36. மலச்சிக்கல் உறாதவாறு உடலைக் காப்பது அறிவுடைமை, உடற்பயிற்சியும், பொருந்திய உணவும், நல்லெண்ணமும், தியான மும் மலச்சிக்கல் உறாதவாறு காக்கும் (உணவில் சிறப்பாகக் குறிக்கத்தக்கன கீரையும் பழமும்.)

37. மலச்சிக்கலால் உறும் நோயைப் போக்க உலகம் மேற்கொள்ளும் முறைகள் பலதிறத்தன. அவைகள், முத்திறத்தில் அடங்கும். முத்திறமாவன : இறைவழி அதாவது தியானம், இயற்கை மருத்துவம், மருந்து முறை.

38. மலச்சிக்கல் உறின், அதை மருந்தால் போக்க முயல்வது, தற்காலச் சாந்தி தேடுவதே யாகும். மருந்தால் பழைய மல நஞ்சு அறவே நீங்காது.

39. நோன்பு முறை பொருந்தியது. இஃது இறைவழிக்கும் இயற்கை மருத்துவத்திற்கும் அரண் செய்வது; பொதுமையது.

40. அவரவர் உடல் நிலைக்கேற்றவாறு வாரத்துக்கொரு முறையோ மாதத்துக் கொருமுறையோ நோன்பிருப்பது நலம். நோன்பிகட்கு மலஞ்சிக்குதல் இல்லை.

41. மலச்சிக்கல்உறின், அதைப்போக்கும் பேராற்றல் நோன்புக்கு உண்டு.

42. நோன்பு, முறைப்படி இருத்தல் வேண்டும். நோன் பிருத்தற்கு முன்னாள், பகல் உணவு கொண்டு, அன்றிரவு எவ்வுணவுங் கொள்ளலாகாது. மறுநாள் காலை எழுந்து, காலைக்கடன்களை முடித்தல் வேண்டும். நோன்பு வேளையில் சோர்வு குமட்டல் மயக்கம் நேரும்போதெல்லாம் நீர் அல்லது உப்புக் கலந்த நீர் அருந்தல் வேண்டும். நீர் அருந்தாமல் இருப்பது தவறு. அருந்தும் நீர், சோர்வு குமட்டல் மயக்கங் களைப் போக்குவதுடன், உட்கருவிகளை வறள ஒட்டாமல் காத்து, அவைகளில் ஏறித்

தேங்கி ஊறியுள்ள மல நஞ்சு கீழிறங்கத் துணை செய்யும். நோன்பின்போது தீயொழுக்க நினைவுந் தோன்றலாகாது. அந்நினைவு நாடி நரம்புகளை அரித்துப் பாழாக்கும். அச்சமயத்தில் தெய்வத் தியானஞ் செய்தும் தெய்வக் கதைகள் கேட்டும் இருப்பது நலம். காற்றொளி படராத இடங்களில் இருத்தலாகாது. முறைப்படி சூரிய நானம் செய்வது தவறுதலாகாது. மூன்றாம் நாள் வழக்கம்போலக் காலைக்கடன்களை முடித்து நோன்பு கழிக்கப் புகுதல் வேண்டும். நோன்பைப் படிப்படியே கழித்தல் வேண்டும். திடீரெனப் பரு உணவுகளை உண்ணுதல் பெருந்தவறு; உண்ணின் நோன்பின் பயனுங்கெட்டு, மெலிந்த உட்கருவிக ளெல்லாம் இடர்ப்பட்டு, நலத்துக்குப் பதிலாகத் தீமை விளையும். முதலாவது நீர் பருகிப், பின்னே பழச்சாறு பருகிப், பின்னே நீர்மோர் கஞ்சி போன்றன பருகிப், பின்னே வழக்க உணவு ஏற்கலாம். இஃது ஒருநாள் நோன்பு முறையாகும். விரிவு, நோன்பு நூல்களிற் காண்க; இயற்கை மருத்துவரிடங் கேட்டுத் தெளிக.

43. நோன்பால் பண்பட்ட நல்லுடல் இயற்கை வாழ்வுக்குப் பொருத்தமானது. அந்நல்லுடல் தியானத்துக்குப் பெருந்துணை செய்யும்.

44. நல்லுடலுக்கு மரஞ் செடி கொடிகளிடை வாழ்வதுந் தேவை.

45. மரஞ் செடி கொடி முதலிய தாவரங்கட்கும் உயிருண்டு.

46. ஒவ்வொரு வீட்டையும் மரஞ் செடி கொடிகள் சூழ்ந்திருத்தல் அழகு.

47. ஞாயிற்றொளியும் நறுங் காற்றும் எளிதில் நுழையும் முறையில் அமையும் வீடுகள் வாழ்வுக்கு உரியன.

48. ஒளியையும் காற்றையும் செயற்கைவழிப் பெறும் முறையில் வீடுகள் அமைதலாகாது.

49. நாடுகளின் தட்பவெப்ப நிலைமைக்கேற்ற வண்ணம் வீடுகள் அமைவது இயற்கைக்கு அரண் செய்வதாகும். மாறு பாட்டால் நோய் மிகும்.

50. பாதைகளின் இரு பக்கமும் மர வரிசைகள் அமைந் திருத்தல் நல்லது.

51. பயிர் பச்சைகளின் பரவையும், சோலைகளின் ஓங்கலும் ஒவ்வோர் ஊருக்குந் தேவை.

52. காடுகளை நன்முறையில் காப்பது நாடுகளைக் காப்பதாகும்.

53. நாட்டின் உயிர்ப்பு காடு; நாட்டைக் காப்பது காடு.

54. ஓரூரின் ஜனத்தொகையைப் பார்க்கிலும் மரஞ்செடி களின் தொகை அதிகமிருத்தல் வேண்டும்.

55. மரஞ் செடி கொடி முதலியன உயிர்ப்பை (பிராண வாயுவை) உமிழ்கின்றன; கீரை, பூ, காய், கனி முதலியவற்றைக் கொடுக்கின்றன; பசுமைக்காட்சியை வழங்குகின்றன; பாடும் பறவைகளுக்கு இடந்தருகின்றன; வேறு நலன்களையும் அளிக் கின்றன.

56. பசுமைக் காட்சி வழங்காத ஊர் பாழ். அங்கே பிணிகள் பெருகும். பசுமை, மூளைக்கும் நாடி நரம்புகட்கும் நலஞ் செய்வது. அது வெம்மை தணிக்கும் இயற்கைமருந்து.

57. நகரங்களில் பிணிகள் பெருகுதற்குக் காரணங்கள் பல உண்டு. அவைகளுள் ஒன்று மரஞ் செடி பயிர் பச்சை முதலியன பெரிதும் இன்மை.

58. மரத்தடியிலிருந்தோ நின்றோ உலவியோ கதிரொளியில் முழ்குவது (சூரிய நானஞ் செய்வது) சிறப்பு. கதிரொளி, பச்சிலைகள் வாயிலாக உடலில் படர்வது பொருத்தம்.

59. மக்கள், மரஞ் செடி முதலியவற்றை ஓம்புவது தங்களை ஓம்புவதாகும்.

60. வாயில்லா ஏழைப் பிராணிகளை அன்புடன் வளர்த்தல் அறம். அவைகளை வதைப்பது அறமன்று.

61. நமது உடம்பைப்போலவே பிற உயிர்களின் உடம்பையும் பாவித்தல் வேண்டும். பிற உயிர்களின் உடம்புகளுக்குத் தீங்கு செய்வது நம் உடம்புக்கு நாமே தீங்கு செய்வதாகும்.

62. இயற்கையில் ஒரு சக்தி இருக்கிறது. அதன் இயல்பு உயிர்களின் வளர்ச்சியை நாடுவது. அவ்வளர்ச்சிக்கென இயற்கையில் உடலங்கள் அமைகின்றன.
அவ்வுடலங்களுக்குக் கேடு சூழ்வது இயற்கை வளர்ச்சியைத் தடுப்பதாகும். அத்தடை, கேடு சூழ்ந்தோரையுந் தாக்கி இடர்ப்படுத்தும். ஆகவே எவ்வுயிருடலுக்குங் கேடு சூழ்தலாகாது.

63. உயிருக்கு உடனமைந்துள்ள உடலோடு வேறு சில உடலங்களுமுண்டு. அவை வீடு, ஊர், நாடு, உலகம். இவைகளை யும் உடலைப் போலவே பாவித்தால் அன்பு ஊற்று தானே திறந்துகொள்ளும்.

64. நல்வழியில் உடலை ஓம்புவதுடன் கல்வி பயின்று வருதல் வேண்டும்.

65. கல்வி என்பது அறியாமையைக் கல்லி அறிவை விளக்குவது. அதாவது இருளையோட்டி ஒளியை வழங்குவது.

66. இளமையிலே கல்வி பயில முயல்வது நலம்.

67. இளமை, பின்னெழும் வாழ்வு நிலையத்திற்கு அடிப்படை.

68. கல்வித் துறைகள் பல. அவைகளில் மக்கள் தத்தம் இயல்புக்கேற்ற ஒன்றைக் குறிக்கொண்டு, அதைச் சிறக்கப் பயில்வது முறைமை. பிற துறைகளில் ஒல்லும் வகை பொது அறிவு பெற முயல்வது ஒழுங்கு.

69. தொழிற் கல்வியும் கல்வியின் பாற்பட்டதே.

70. கல்வி, பெண் ஆண் என்னும் இருபாலார்க்கும் உரியது.

71. ஒத்த கல்வியுடைய ஒருவரை ஒருவர் மணப்பது செழுமை.

72. ஏட்டுக் கல்விப் பயிற்சியுடன் இயற்கைக் கல்விப் பயிற்சியுந் தேவை.

73. ஏட்டுக் கல்வி என்பது இயற்கையின் படம்.

74. இயற்கையோடியைந்து நின்று வாழ்வு நடாத்திய அறிஞர், அவ்வாழ்வில் தாம் பெற்ற அநுபவங்களைப் பின் வருவோர் பொருட்டுப் பலதிறக் கலைகளாக எழுதிச் சென்றனர். அக்கலைகளின் பொருள் இயற்கை.

75. ஏட்டுக் கலைகள், இயற்கைக் கழகத்தில் எப்படிப் பயில்வது என்பதை உணர்த்துவன.

76. கலைகள் பலதிறத்தன. அவைகளை இருகூறு படுத்த லாம். ஒன்று இயற்கை இயல்களைக் கூறும் இனம்; இவ்வினம் அறிவியற்கலை *(Science)* எனப்படும். மற்றொன்று இயற்கைக் காட்சி இனம். இவ்வினம் காவிய - ஓவியக்கலை எனப்படும்.

77. அறிவியற் கலையை வாழ்வு நலத்துக்குப் பயன் படுத்துவது நியாயம். அக்கலையைப் போருக்கும் கொலைக்கும் பயன்படுத்துவது தவறு.

78. அறிவியற்கலை வாழ்விற்குப் பயன்படு முறையில் வளர்ந்துவரின், அதனால் மன்பதைக்குத் தீங்கு விளையாது. அக்கலை போருக்கும் கொலைக்கும் என்று வளர்ந்துவரின், அதனால் மன்பதைக்குத் தீங்கு நேரும்.

79. அறிவியற்கலை நன்முறையில் வளர வளர, இயற்கையை உடலாக்கொண்ட இறை உண்மையை எளிதில் உணர்ந்து உறுதிபெறுதல் கூடும்.

80. காவியமும் ஓவியமும் இயற்கை அன்னையின் திருக் கோயில்கள். அக்கோயில்களில் நுழைந்து பார்த்தால், இயற்கை அன்னையின் உறுப்புக்களும், கோலங்களும், ஆடல்களும், இயற்கை வாழ்வுத் திறங்களும், இன்ன பிறவும் விளங்கும்.

81. காவியங்கள் எழுத்தால் ஆக்கப்பட்ட சொல்லடுக்குக் கூடங்களல்ல; ஓவியங்கள் வரிக்கீற்றோ வடித்தலோ கொண்ட பிண்டங்களல்ல. அவைகளைப் பயின்று பயின்று, அவைகளின் நுட்பங்களைக் கூர்ந்து உன்னி உன்னி, அவைகளில் ஒன்றி ஒன்றி, ஈடுபடப்பட, அவைகள் இயற்கைப் படக்காட்சிக் கூடங்கள் என்பது நனி விளங்கும்.

82. காவியமும் ஓவியமும் உயிர்களைச் செயற்கையி னின்றும் இயற்கையிற் சேர்க்கும் பாலங்கள்.

83. எவ்வெம் மொழியில் எவ்வெக் காவியங்கள் தோன்று கின்றனவோ, அவ்வம் மொழியில் அவ்வக் காவியங்களைப் பயின்றால் காவிய இன்பத்தை நன்முறையில் நுகர்தல் கூடும்.

84. ஒரு மொழியில் தோன்றிய காவியத்தை மற்றொரு மொழியில் பெயர்த்துப் பயின்றால் காவிய இன்பத்தை நுகர்தல் இயலாது.

85. மொழிபெயர்ப்பில் காவியக் கதைகள் அடங்கி வரும்; ஆனால் காவிய இன்பம் அடங்கி வாராது.

86. காவிய இன்பத்துக்குத் தாய்மொழிப் பயிற்சி இன்றியமை யாதது.

87. அறிவியற் கலைக்கு மொழிக் கட்டுப்பாடு வேண்டுவ தில்லை. அதை எம்மொழி வாயிலாகவும் பயிலலாம்.

88. தாய்மொழி என்று பிற மொழிகளை நிந்தித்தலாகாது.

89. மொழிகளின் ஒலியில் வேற்றுமையுண்டு. கருத்தில் வேற்றுமை கிடையாது.

90. மயில் தோகை விரித்தாடுகிறது. அவ்வாடலைத் தமிழன் தமிழில் எழுதுகிறான்; வடமொழியன் வடமொழியில் எழுது கிறான்; ஆங்கிலன் ஆங்கிலத்தில் எழுதுகிறான்; மற்ற மற்றவர் தத்தம் தாய்மொழியில் எழுதுகிறார். இப்பலதிற மொழிகளா லாகிய பாடல்களின் முதற்பொருள் ஒன்றே யன்றோ?

91. மொழிகளின் தாயகமும் சிந்திக்கத்தக்கது. அது நாத மூலம். நாத மூலம் நாடுகளின் தட்ப வெப்ப நிலைகளுக்கேற்ற வாறும், பிற வேற்றுமைகளுக் கேற்றவாறும் பலதிற மொழியொலி களாகப் பரிணமிக்கிறது.

92. இசையும் நாடகமும் வாழ்க்கைக்குத் தேவை.

93. கலைக் கழகப் பயிற்சி நாளடைவில் இயற்கைக் கலைக் கழகப் பயிற்சியாக மாறும். அம்மாற்றம் பெறுதற்கு இயற்கையில் அறம் என்பது அமைந்திருக்கிறது.

94. அறம் இரு கூறுடையதென்றும், ஒன்று இல்லறமென்றும், மற்றொன்று துறவறமென்றும், முன்னையது பெண்ணுடன் வாழ்வதென்றும், பின்னையது பெண்ணை நீத்து வாழ்வதென்றும், அஃது இழிந்ததென்றும், இஃது உயர்ந்த தென்றும் சிலர் கூறுகிறார். அக்கூற்றுப் பொருளற்றது.

95. அழுக்காறு அவர் வெகுளி முதலிய தீக்குணங்களை அறுப்பது அறம்.

96. அழுக்காறு முதலிய தீக்குணங்கட்கு அடிப்படையா யிருப்பது தன்னலம்.

97. தன்னலம் அறுந்தால் அறம் விளங்கும். தன்னலத்தை அறுப்பது எப்படி?

98. ஒருத்தியோ ஒருவனோ தொடக்கத்தில் தன்னலம் உடையவராக இருத்தல் வெள்ளிடைமலை. அவளும் அவனும் உற்ற வயது அடையும்போது அவர்பால் காதல்

எழுகிறது. அக்காதல் இருவரையும் ஒன்றுபடுத்துகிறது. பின்னே அவரவரிடம் தனித்தனியே தன்னலமாகக் கட்டுப்பட்டுக் கிடந்த அன்பு இருவரிடமும் பரவுகிறது. இருவர்க்கும் பிள்ளைகள் பிறந்த பின்னை இருவரிடமும் பரவிய அன்பானது மூன்றாவது உயிர்களிடம் பரவிப் பெருகுகிறது. பிள்ளைகளின் நலத்துக்குத் தாய் தந்தையர் தன்னலம் அற்றுத் தொண்டு செய்தலை விரித்துக்கூற வேண்டுவதில்லை. ஹிருவரும் ஹிளமைழீல் பெற்ற கலைஞானமும், நின்னே வாழ்க்கைழீல் பெற்ற அநுபவமும் 'நம் உழீர்கட்கும், நம்மைச் சார்ந்த உழீர்கட்கும், மற்ற உழீர்கட்கும் என்ன வேற்றுமை ஹிருக்கிறது? என்று கருதச் செய்து, மற்ற உயிர்கட்குத் தொண்டு செய்ய உந்துகின்றன. இப்பொழுது அன்பு பிற உயிர்கள் மாட்டும் செல்வதாகிறது. அன்பு விளையும் இடங்களில் அழுக்காறு அவா வெகுளி முதலிய தீக்குணங்கள் இடம் பெறுவதில்லை. ஆகவே, தன்னல அழிவு, பெண் ஆண் கூட்டுறவில் நேர்தல் கருதற்பாலது.

99. தன்னல அழிவு, படிப்படியாகப் பெண் ஆண் கூட்டுறவால் நிகழ்தல் உள்ளங்கை நெல்லிக்கனி. அவ்வழிவு தனித்த வாழ்வில் எங்ஙனம் உறும்?

100. தனித்த வாழ்வில் தன்னலம் அழிதல் அரிது. ஒருவேளை அவ்வாழ்வில் தன்னலம் பெருகினும் பெருகும்.

101. தன்னலத்தை நீப்பது துறவு. அது பெண் ஆணின் அன்பு வாழ்க்கையால் நிகழ்வது. ஆகவே, பெண் ஆணை நீத்தும், ஆண் பெண்ணை நீத்தும் வாழ்வது துறவாகாதென்க.

102. தீக்குணங்கட்கு உறைவிடமான தன்னலத்தை நீப்பது அறம் என்பது மேலே விளக்கப்பட்டது. அவ்வறத்தை இல்லறம் என்றோ துறவறம் என்றோ கூறலாம்.

103. பெண் ஆண் கூட்டுறவு, அன்பு வளர்ச்சிக்கென ஏற்பட்ட இயற்கை அறம்.

104. இயற்கை அறத்தை இல்லறம் (இல்லில் வாழும் அறம்) என்றால் என்ன? துறவறம் (தன்னலத்தைத் துறக்கும் அறம்) என்றால் என்ன? பெயரைப் பற்றிய போராட்டம் வேண்டுவ தில்லை. வேண்டுவது தன்னலத்தை அறுப்பது.

105. இயற்கை அறம் என்பது, இளமையில் பெற்ற கலைஞான இயல்களை வாழ்வில் செயலில் கண்டு தெளிந்து மெய்ஞ்ஞான அநுபூதிபெறச் செய்வது.

106. ஒருத்தியும் ஒருவனும் உற்ற வயது அடையும் போது, அவர்பால் காதல் இயல்பாகவே எழுகிறது. அவ்வெழுச்சி இயற்கையி னின்றும் பிறத்தலால், அதற்குரிய பெண் ஆண் கூட்டுறவு இயற்கையின் பாற்பட்டதென்று தெளிக.

107. இயற்கை அன்னையும், இறை அப்பனும் கூடி இருத்தலால் உலகம் முகிழ்த்துக் கொண்டிருக்கிறது.

108. உலகம் பெண் ஆண் மயமாயிருத்தல் கண்கூடு.

109. தாவரம் முதல் மக்கள் ஈறாக உள்ள உயிர்கள் யாவும் பெண்ணாகவே இல்லை, அல்லது ஆணாகவே இல்லை. உங்கள் பெண்ணும் ஆணுமாகவே அமைந்திருக்கின்றன.

110. பெண்ணும் ஆணும் இயற்கை அமைப்பிலிருத்தலால், பெண் ஆணையும், ஆண் பெண்ணையும் வெறுத்துத் துறத்தல் இயற்கை ஆறமாகாது.

111. பெண் ஆணையும், ஆண் பெண்ணையும் துறத்தல் இயற்கை அறமாயின், இயற்கையில் பெண் ஆண் என்னும் வேற்றுமை தோன்றாதவாறு படைப்பு நிகழும். ஆனால் பெண் ஆண் என்னும் வேற்றுமை தோன்றவே படைப்பு நிகழ்ந்து வருகிறது. இயற்கையில் பெண் ஆண் தோற்றம் இருத்தலால், உலகிலும் பெண் ஆண் கலந்த அன்பு வாழ்வு நடைபெறுதல் வேண்டுமென்பது அறியத்தக்கது.

112. பெண்ணை நீத்தல் துறவு என்று எவரோ சிலர் கூறிப் போந்தனர். அது வழக்கில் வந்துவிட்டது.

113. இறை எங்கும் நீக்கமற நிறைந்திருக்கும் ஒன்று. அது பெண்ணிடத்திலுஞ் சிறந்து விளங்குகிறது. பெண்ணிடத்துள்ள இறைமையை உணர முயலாது, அவளை வெறுத்துக் காட்டுக் கோடுவது, இறையின் அகண்டாகாரத்தை மறுக்கும் பாவத்துக் குள்ளாவதாகும்.

114. பெண்ணை வெறுத்தோடும் ஒருவன், தான் எங்கே இருந்து தோன்றினான் என்பதை எண்ணுவானாக. இவன் தந்தை ஒரு பெண்ணுடன் கூடி வாழாதொழிந்திருப்பனேல், இவன் விழுமிய பிறவியை எங்ஙனந் தாங்கியிருத்தல் கூடும்? தாய்மையுடைய பெண்ணை இழிவாகக் கருதுவது அறமாகாது.

115. உடல் தாங்குவதென்பது இயற்கைச் சட்டம்.

116. உயிர் ஒளியாயிருப்பது. அவ்வொளி இருளால் மறைவுண்டு கிடக்கிறது. அம்மறைவைப் போக்குங் கருவி உடல். உடல்களைப் படிப்படியாகத் தந்தே இயற்கை அன்னை உயிரின் இருளை முறை முறையே போக்கி வருகிறாள். உயிர் உடல் தாங்குதல் என்னும் இயற்கைச் சட்ட நிறைவேற்றுதலுக்கென்று இயற்கையில் பெண் ஆண் தோற்றம் அமைந்திருக்கிறது.

117. படிப்படியாக உடலைத் தாங்குவதென்பது, படிப்படி யாக அன்பைப் பெருக்குவதாகும்.

118. ஒருவன் உடல் தாங்கிப் பிறந்த பின்னையே, அவன் உலகு உயிர் கடவுளை ஆராய வல்லவனாகிறான். அவ்வாராய்ச்சி யால் அவன் மெய்யின்ப உண்மையை உணர்ந்து, அதனை நுகர முயல்கிறான். அவன் பிறவி தாங்காதிருப்பனேல், அவன் இம் முயற்சியில் தலைப்படுதல் கூடுமா? ஆகவே, பிறவி தாங்குதற்குத் தாய்மையுடைய பெண் வேண்டுமா வேண்டாமா என்பதை உன்னிப் பார்க்க.

119. ஒருவன் பிறவி எடுத்து, அழியா இன்பத்தை நுகர முயல்வதற்கு, அவன் தந்தை பெண்ணுடன் வாழ்ந்து துணை நின்றதுபோல, அவனும், சில உயிர்கள் தன்மாட்டுத் தோன்றி இன்ப நுகர முயல்வதற்குப் பெண்ணுடன் வாழ்ந்து இயற்கைப் போக்குக்குத் துணைபுரிதல் வேண்டும். அதற்கு உடன்படாது தனித்து வாழ்வது தன்னலத்தின் பாற்படுவதாகும்.

120. தன்னலம் இயற்கைக்கு மாறுபட்டது; அஃது அஞ்ஞானம்; இருள்; இன்பமில்லாதது; பிணி உடையது. அதில் இயற்கை அருள் பதியாது.

121. பிள்ளைப் பேறு உண்டாவதும் உண்டாகாததும் இயற்கை - இறையின் செயல். பெண் ஆணுடனும், ஆண் பெண்ணுடனும் வாழ்ந்து இயற்கைக்கு அரண் செய்யத் தவறுதலாகாது.

122. பெண்ணுடன் ஆணும், ஆணுடன் பெண்ணும் கூடி வாழ இயலாத முறையில் சிலர் படைக்கப்படுகிறார். அவர் வாழ்விற்குப் புறம்பானவர். அவர் இயற்கை வேறு.

123. இல்வாழ்க்கைக்குரிய இயல்புடன் பிறந்து, வேண்டு மென்றே ஒருத்தி ஒருவனுடனும், ஒருவன் ஒருத்தியுடனும் வாழாது, சந்நியாசம் என்னும் பெயரால் தீயொழுக்கத்துக்கு எளியராய்த் திரிவோர் இயற்கை அன்னையால் ஒறுக்கப்பெறு வோர். இவரால் சமூகம் பல வழியிலும் அல்லலுறும். இவர் பாவிகள்.

124. ஆண் ஞானிகளிற் சிலர், பெண்ணை இழித்துக் கூறிய தென்னை என்று சிலர் ஐயுறலாம். அவர் பெண் பிறவியை இழித்துக் கூறினாரில்லை. பெண்ணைக் காமப் பொருளாகவே கருதி இடர்ப்படுங் காமுகர்க்கு நல்லறிவுச் சுடர் கொளுத்த வேண்டி, அவர் காமத்தின் இழிவைப் பலவாறு விளக்கிப் போந்தனர். போகத்துக்கென்றே தாங்கள் படைக்கப் பட்டதாக அறியாமையால் கருதும் தீயொழுக்கப் பெண்களை நல்வழிப் படுத்த வேண்டியும் ஞானிகள்

அவர்களை இழிவாகப் பேசினார்கள். பெண்ணிடத்திற் பிறந்து, பெண்ணிடத்தில் வளர்ந்து, பெண்ணிடத்தில் வாழ்ந்து, பெண்ணின் துணையால் ஞான உணர்வு பெற்ற பெரியோர், தாய்மைப் பெண்ணை ஒருபோதுங் குறைகூறமாட்டார். அவர் பெண்ணிடத்துங் கடவுளைக் காண்பவர். பெண்ணிடத்துள்ள இறைமை அவர்க்கே நன்கு புலனாகும். பெண்பிறவியை இழித்துக் கூறுவோர் பெரியோராகார்.

125. பெண்பிறவி மிக விழுமியது. அப் பிறவியில் பெண்மை, தாய்மை, இறைமை என்னும் இயல்கள் சிறந்து விளங்குகின்றன.

126. பெண்மையினின்றும் தாய்மையும், தாய்மையினின்

றும் இறைமையும் மலர்கின்றன.

127. பெண்மையில் பிள்ளைப் பேற்றிற்குரிய காதலும், தாய்மையில் பயன் கருதா அன்புத் தொண்டும், இறைமையில் பிறர்க்கென வாழ்தலும் திகழும்.

128. பெண் வெறுங் காமக்கூடன்று.

129. பெண்ணை வெறுங் காமப்பொருளாகக் கருதி வாழ்வது மடமை. பெண்ணிடத்துள்ள பெண்மை தாய்மை இறைமை என்னுந் தன்மைகளை உணர்ந்து நடப்பவர் பெண் பிறவியின் விழுப்பம் உணர்ந்தவராவர்.

130. பெண் ஆண் பிறவியில் உயர்வு தாழ்வு என்பது கிடையாது. இருபாலுள் உயர்வு தாழ்வு கற்பிப்பது இயற்கை நுட்பத்தை உணராமையே யாகும்.

131. ஒரு நாட்டின் நாகரிகம் அந்நாட்டின் பெண் மக்கள் நிலையைப் பொறுத்து நிற்கிறது.

132. பெண்ணுரிமையுள்ள நாடு நாகரிக நாடு. அவ்வுரிமை யில்லா நாடு அநாகரிக நாடு.

133. உரிமை என்பது பெண் ஆண் இருபாலார்க்கும் பொதுவாயிருப்பது. இயற்கையில் ஆணுக்குள்ள உரிமை பெண்ணுக்கும் உண்டு; பெண்ணுக்குள்ள உரிமை ஆணுக்கும் உண்டு.

134. ஒருவன் ஒருத்தியையும், ஒருத்தி ஒருவனையும் மணந்து வாழ்வது நாகரிகம். ஒருவன் பல மகளிரையும், ஒருத்தி பல ஆடவரையும் மணந்து வாழ்வது அநாகரிகம்.

135. நோய் போர் பூகம்பம் முதலிய காரணங்களால் சில இடங்களில் ஆடவர் தொகை சுருங்கி, மகளிர் தொகை பெருகலும், அல்லது அத்தொகை பெருகி இத்தொகை சுருங்கலும் நேரும். அவ்விடங்களில் ஒருவன் சில மகளிரை மணக்கவோ ஒருத்தி சில ஆடவரை மணக்கவோ நிலைமைக் கேற்றவாறு தற்காலிகமாக விதி கோலப்படும். தற்காலிக விதியை நிலைபேறாக உள்ள இயற்கை விதி என்று கொள்ளலாகாது. நிலைமை மாறியதும், ஒருத்திக்கு ஒருவன் - ஒருவனுக்கு ஒருத்தி என்னும் இயற்கை விதி ஆட்சியில் வரும். நிலைமையைச் சீர்செய்யும் பொறுப்பு இயற்கை அன்னையினுடையது. அவள் எப்படியாவது தன் கடனை ஆற்றுவள்.

136. தீயொழுக்கம் மிகுந்த நாடுகளில் பல கொடுமைகள் நடைபெறும். அவைகளுள் ஒன்று ஓர் ஆடவன் பல மகளிருடன் கூடி மறவாழ்க்கை நடத்துவது. அவ்விடங்களில் நாளடைவில் அறிஞர் முயற்சியால் சீர்திருத்தம் படிப்படியே நிகழப்புகும். தொடக்கத்தில் இத்தனை மனைவியர் என்று தொகை குறிக்கப்படும்; பின்னே மேலும் தொகை சுருக்கப்படும். தொகை சுருங்கிச் சுருங்கி ஒருவன் ஒருத்தி - ஒருத்தி ஒருவன் என்னும் இயற்கை அறம் இடம்பெறும். தீயொழுக்க நாடுகளைச் சீர்செய்ய அவ்வப்போது அறிஞர் கோலும் முறைகளை இயற்கைச் சட்டமென்று கொள்வது அறமாகாது.

137. காதல் ஒரே இடத்தில் படிந்து ஒன்றி நிலைத்து நிற்பது. காமம் பல இடங்களில் ஓடி ஓடி அலைவது.

138. அன்புக்கூறு பலவிதம். அதில் விழுமியது காதல். காதல் ஒப்புயர்வற்றது.

139. ஒருவனுக்கு ஒருத்தி இடத்திலும், இவளுக்கு அவனிடத்திலும் காதல் எழுகிறது. அவர் தம் உள்ளத்தில் ஒப்பாகவோ உயர்வாகவோ பிறிதொன்று தோன்றாது; தோன்றினால் உள்ளத்தில் எழுந்த ஒன்று காதலாகாது. அது காமமாகும். ஒப்புயர்வற்ற ஒன்றே காதல். அஃது இருவர் அகத்தை ஒருமைப் படுத்துவது; அதாவது ஈருடலை ஓருயிராக்குவது.

140. ஒருத்தி தன்னியலுக்கியைந்த ஒருவனையும், அவ்வாறே ஒருவன் தன்னியலுக்கியைந்த ஒருத்தியையும் காதலித்து மணந்து கொள்வது இயற்கை நோக்குக்குத் துணைபோவதாகும்.

141. காதல் மணம் நலந்தருவது. காம மணமும், கட்டுப் பாட்டு மணமும், இன்ன பிற மணங்களும் நலந்தருவனவாகா.

142. ஒருமைக் காதலில் பிறக்குங் குழந்தையே நல்லதாகும். நற்பிள்ளைகளால் ஆகும் உலகில் அன்பும் அமைதியும் நிலவும்.

143. காதல் மணத்தில் பிரிவு நிகழ்தல் அரிது மற்ற மணங்களில் பிரிவு நிகழ்தல் கூடும்.

144. பெண் ஆண் கூட்டுறவு என்பது தெய்வத்தன்மை வாய்ந்தது. அதனின்றுந் தெய்வத் தன்மையை எழுப்பவல்ல அன்பு, தியாகம், தொண்டு முதலிய நறுங்குணங்கள் வளரும்.

145. உளங்கலந்த கூட்டுறவு, அழுக்காறு அவா வெகுளி முதலிய தீக்குணங்களை ஒழித்து, அன்பு தியாகம் தொண்டு முதலிய நறுங்குணங்களை வளர்க்கும்.

146. நறுங்குணங்களை வளர்க்கும் ஆற்றல், காதல் மணத்துக்கு உண்டு.

147. பெண் ஆணையும், ஆண் பெண்ணையும் கால முழுவதும் நீத்துத் தனித்து வாழ்வது இயற்கை வாழ்வாகாது. அவ்வாழ் வினர் அன்பின் தன்மையையுங் காணாது பிறவியைப் பாழ் படுத்தியவராவர்.

148. மக்கள் இயல்பு சேர்ந்து வாழ்வது; தனித்து வாழ்வதன்று. சேர்ந்து வாழ்வது இயற்கைவழி நிற்பதாகும். தனித்து வாழ்வது இயற்கை வழிக்கு மாறுபட்டு நிற்பதாகும்.

149. மண்ணையும் பொன்னையும் இன்ன பிறவற்றையும் வெறுப்பதும் துறவு என்று சில இடங்களில் கருதப்படுகிறது. இக்கருத்து இயற்கை வாழ்விற்கு முரண்பட்டது.

150. மண்ணும் பொன்னும் பிறவும் உயிர்களின் வாழ்விற் கென இயற்கை அன்னையால் வழங்கப்பட்டன. மண் பொன் முதலியன வாழ்விற்கு இன்றியமையாதன.

151. ஒவ்வொருவரும் தத்தம் இயல்புக்கியைந்த ஒவ்வொரு வித முயற்சியில் தலைப்பட்டு, அறவழியில் பொருளீட்டுதல் வேண்டும். முயன்று பொருளீட்டி வாழ்வு நடத்தாது, சோம்பித் திரிந்து, பிறர் கையை எதிர்பார்த்து நிற்பது வாழ்வாகாது.

152. பிறர்க்குப் பயன்படாத முறையில் பொருளைச் சேர்த்து வைப்பது பாவம்.

153. குடும்பச் செலவுக்குப் போய்ப் பொருள் எஞ்சி நிற்குமாயின், அதனைக் கல்விச்சாலை, தொழிற்சாலை, மருத்துவச் சாலை முதலிய அறச்சாலைகட்குப் பயன்படுத்தல் வேண்டும். இதுவே மன்பதைக்குத் துணைபுரியும் முறைமை.

154. உழைத்துப் பிழைக்கத்தக்க உடல் நலம் வாய்க்கப் பெற்றோர்க்கு, நாடோறுஞ் சோறு கூறை அளித்து உதவி

புரிவது பாவம். அவர்களைச் சோம்பேறிகளாக்குவது பெரும்பாவம்.

155. சில சமயங்களில் ஆட்சிமுறை தவறுதலாலும், வேறு சில காரணங்களாலும் உடல் நலம் வாய்க்கப்பெற்றுத் தொழில் புரிய ஊக்கமுடையவரும், தொழில்கிடையாமையால் வருந்தல் நேரும். அந்நிலையில் அவர்க்கு உதவிபுரிதல் பாவமாகாது.

156. தொழில் கிடையா நிலைமையை மாற்றி, வறுமையைப் போக்க, அறிஞர் முயலுதல் வேண்டும்.

157. சன்மார்க்கம் நேரிய முறையில் மன்பதையில் பரவினால் தொழில் கிடையாது வருந்தும் நிலை நேராது. இது பின்னும் விளக்கஞ் செய்யப்படும்.

158. உழைத்துப் பிழைக்க இயலாத முடவர்க்கும், குருடர்க்கும், தீராப் பிணியாளர்க்கும், திக்கற்ற குழந்தைகட்கும், இவரணைய பிறர்க்கும் சோறு கூறை அளித்து உதவி புரிவது புண்ணியம். இவர்கட்கென அறச்சாலைகள் அமைப்பது பெரும் புண்ணியம்.

159. எஞ்சும் பொருளை அறச்சாலைகட்குப் பயன் படுத்தாது, அதை வட்டிக்கென்றே கடன் கொடுத்தல் கூடாது; வட்டிக்குக் கடன் வாங்கும் பழக்கமும் தீயது.

160. இயற்கையை வெறாது, இயற்கையோடியைந்து வாழ்ந்து, தீக்குணங்களை அறுப்பது அறம் என்பது மேலே விளக்கப் பட்டது.

161. ஒருவனும் ஒருத்தியும் கூடி வாழும் இயற்கை வாழ்க்கை- காதல் வாழ்க்கை - இல்வாழ்க்கை - அன்பை வளர்க்கும். அன்பு வாழ்க்கை குடும்பத்தில் அமைதியை நிலைபெறுத்தும். குடும்பங் களின் அமைதி ஊரை நல்வழிப்படுத்தும். நல்ல ஊர்களினின்றும் செவ்விய நாடு மலரும். செவ்விய

நாடுகளால் உலகில் அமைதி யும் ஒழுங்கும் நிலவும். உலக அமைதியும் ஒழுங்கும் வாழ்க்கைக்குத் தேவை.

162. எவ்வகை அமைதிக்கும் அடிப்படை காதல் வாழ்க்கை.

163. வாழ்க்கை இருவிதம். ஒன்று அக வாழ்க்கை; மற் றொன்று புற வாழ்க்கை. அக வாழ்க்கை இல்வாழ்க்கை என்பது; புற வாழ்க்கை கல்வி, தொழில், பொருள், அரசு முதலியவற்றைக் கொண்டது.

164. அக வாழ்க்கையின் நலத்துக்குப் புறவாழ்க்கையின் உரிமை இன்றியமையாதது. புற உரிமையின்றி அகத்தில் இன்பம் நிகழாது.

165. வாழ்க்கையின் அடியில் போட்டி இருத்தலாகாது. போட்டி போராட்டத்தை ஈனும்.

166. போட்டியற்ற வாழ்க்கைக்கு நிலம் பொருள் உழைப்பு முதலியன பொதுவாதல் நல்லது.

167. பொதுமை அறம் வாழ்க்கையில் போட்டியையோ போராட்டத்தையோ எழுப்பாது.

168. கவிகள் இயற்கையைப் பலவாறு வருணிப்பதன் நோக்கம் என்னை? மக்கள் வாழ்க்கையில் இயற்கை இன்ப அன்புரிமையைப் பெறுதற்கு உலகில் பொதுமை அறம் நிலவ வேண்டுமென்பது அவர்கள் நோக்கம். உரிமை வாழ்க்கையை உணர்த்துவது கவிகள் மரபு.

169. இயற்கை ஒன்று; அதன் காரியம் பலவிதம்.

170. இயற்கை பலவிதமாய்க் காரியப்பட்டு, ஆங்காங்கே தட்பம் வெப்பம் முதலியவற்றை வேறுபடுத்தலால், உலகில் பலவித மொழி நிறம் வழக்க ஒழுக்கங்கள் முதலியவற்றைக் கொண்ட நாடுகள் பலவாகப் பிரிந்து கிடக்கலாயின.

171. நாடு என்பது வெறும் நிலப்பரப்பன்று.

172. கல்வி, தொழில், அரசு, வழக்க ஒழுக்கம், நாகரிகம் முதலியவற்றாலாகிய ஒன்று நாடு *(Nation)* என்பது.

173. இயற்கை அன்னையின் கருணைவழிக் காரியப்பட்ட அவ்வந் நாட்டுக்குரிய தன்மைகளுக்கேற்ற வண்ணம் அவ்வந்நாட்டார் வாழ்வு நடாத்துவது சிறப்பு.

174. ஒரு நாட்டார், தம் வழக்க ஒழுக்கங்களை மற்றொரு நாட்டாரிடை வலிந்து புகுத்துவதும், இவர், அவர் வழக்க ஒழுக்கங்களை ஆராய்ச்சியின்றி ஏற்று நடப்பதும் இயற்கையின் பாற்பட்ட செயல்களாகா.

175. தாய்மொழிவழிக் கல்வி பயில்வது இயற்கைக்கு அரண் செய்வதாகும். இயற்கை அறிவு விளங்கிய பின்னை மற்ற மொழிகளைப் பயில்வது நலந்தரும்.

176. அவ்வந்நாட்டு மொழியில் அவ்வந்நாட்டுக்கு வேண்டப் படும் கலைகள் இயற்கை அன்னையால் அருளப்படுகின்றன.

177. நாட்டுக் கலைகளை அழியவிடும் நாடு பல நலன்களை இழந்து வாட்டமுறும்.

178. நாட்டுக் கலைகள் நாட்டின் உயிர்நாடி. அவைகளை ஓம்புவது இயற்கை அன்னையின் அருளை நாடுவதாகும்.

179. இயற்கையில் அமைந்த நாடு மொழி கலை தொழில் முதலியன அழியுமாறு எத்தேசம் இடந்தருகிறதோ, அத்தேசம் இயற்கை இன்பம் நுகர்தல் அரிது.

180. அவ்வந்நாடு தன் தன் இயற்கை வழி இயங்குகிறதா என்று பார்த்துக்கொள்ள அரசு என்பது ஏற்பட்டது.

181. அரசுகள் இயற்கைச் சட்டத்துக்கு மாறுபட்டு நடந்தால் உலகில் அமைதி நிலவாது.

182. இயற்கை - இறை பேரரசு. அவ்வரசின் உறுப்புக்களாக உலக அரசுகள் இயங்குதல் வேண்டும். பேரரசை மறக்கும் அரசு மன்பதைக்கு நலஞ் செய்வதாகாது.

183. இயற்கைச் சட்டத்தின்வழி இயங்கும் அரசே அரசாகும்.

184. இயற்கை அரசு எது? இயற்கையின் விளைவை எல்லார்க்கும் பொதுமையில் பயன்படுத்துவது இயற்கை அரசு. இதற்கு உலகம் எப்பெயர் வழங்கினும் வழங்க.

185. ஒரு நாட்டார் மற்றொரு நாட்டாரைப் பற்றுவதும், இவர் அவர்க்கு எளிவருவதும் இயற்கைச் சட்டத்தை மீறுவதாகும். நாளடைவில் இரு சாரார்க்கும் கேடு நேரும்.

186. நாடுகளின் பிரிவுகள் இயற்கையால் உண்டாக்கப் பட்டன. பிரிவுகள் இயற்கையின் காரியப்பாடுகளால் நிகழ்வன. காரியப்பாடுகளுக்குக் காரணமாக நிற்பது ஒன்றே. அவ்வொன்றை உயிராகவும், காரியப்பாடுகளை உடலுறுப்புக்களாகவும் கொள்ளுதல் வேண்டும்.

187. நாடுகள் ஒன்றோடொன்று பிரிவுற்றிருந்தாலும், அவைகள் ஒன்றுடன் ஒன்று பிணங்குதல் கூடாது. அப் பிணக்கம் நாடுகளையும், நாட்டின்வழி உலகையும் துன்பஞ் செய்வதாகும்.

188. உயிர் ஒன்று. அதன் போர்வையாகிய உடல் பல உறுப்புக் களைக் கொண்டது. உடலின் உறுப்புக்கள் ஒன்றோ டொன்று பிணங்கினால் உயிர் வாழ்வு என்னாகும்? உயிர் வாழ்வுக்கு உறுங்கேடு உடலின் உறுப்புக்கட்கெல்லாம் நேர்தல் இயல்பன்றோ? ஆகவே, நாடுகள் ஒன்றோடொன்று பிணங்காது, இணங்கி வாழ்தல் வேண்டும். அப்பொழுதே மன்பதை இயற்கையோ டியைந்த இன்பம் நுகர்தல் கூடும்.

189. நாடு, நிறம், மொழி, வழக்க ஒழுக்கம் முதலியவற்றை ஒட்டி மக்களுக்குள் காணப்படும் வேற்றுமைகள் புறத்

தோற்றத் தின் பாற்பட்டன. உள்நிலையில் எவ்வித வேற்றுமைத் தோற்ற மும் இல்லை.

190. உள் அமைதிக்குப் புற ஒற்றுமை இன்றியமையாதது.

191. நாடு, நிறம், மொழி, வழக்க ஒழுக்கம் முதலிய புற வேற்றுமைகளைக்கொண்டு மக்களுக்குள் உயர்வு தாழ்வு கற்பிப்பது அறியாமை.

192. பிறப்பில் உயர்வு தாழ்வு சில இடங்களில் கருதப் படுகிறது. இக்கருத்து ஆன்ம நேயத்தை அழிப்பதாகும்.

193. பிறப்பில் உயர்வு தாழ்வு கருதும் இழிவு நாளடைவில் தீண்டாமை முதலிய கொடுமைகளைப் பெருக்குவதாகிறது.

194. மக்களுக்குள் தீண்டாமை கருதுவது மடமை.

195. கடவுள், தீண்டுங் கடவுள் தீண்டாக் கடவுள் என்று இரண்டுபட்டில்லை. ஒரு கடவுளில் தீண்டாமை எங்கிருந்து பிறக்கும்?

196. பிறப்பில் உயர்வு தாழ்வும், தீண்டாமையும் கருதுவோர், அன்புக் கடவுளின் அன்பராயிருத்தல் முடியாது.

197. பிறப்பில் உயர்வோ தாழ்வோ தீண்டாமையோ கருதுவது ஜீவகாருண்யமாகாது.

198. பிறப்பில் உயர்வு, தாழ்வு, தீண்டாமை முதலிய கொடுமைகளைக் கருதும் இடம் நரக பூமியாகும்.

199. பிறப்பில் மக்களெல்லாரும் சமத்துவமானவர் எல்லா உடல்களும் பூதங்களால் ஆக்கப்பட்டன. நிலம் நீர் நெருப்பு காற்று ஒளி முதலியன எல்லார்க்கும் பொதுவாகவே துணை செய்கின்றன. இன்ப துன்பங்கள் எல்லார்க்கும் பொது.

200. உயிரில் எவ்வித வேற்றுமையும் இல்லை.

201. கல்வி அறிவு ஒழுக்கம் முதலிய சிறப்புக்களில் எல்லாரும் ஒத்திருப்பதில்லை. இவைகளில் மக்கள் வேற்றுமைப் படுதல் கண்கூடு.

202. கல்வி அறிவு ஒழுக்கம் முதலிய சிறப்புக்கள் பொது உடைமை. அவை பிறப்பை ஒட்டின அல்ல.

203. எல்லா உயிர்களிலும் வீற்றிருக்கும் பரம்பொருள் ஒன்றே. அது பொதுவாக எல்லாரிடத்திலும் வீற்றிருக்கிறது. ஒரே பரம்பொருளைத் தாங்கியுள்ள உயிர்களுக்குள் பிறப்பில் உயர்வோ தாழ்வோ தீண்டாமையோ கற்பிப்பது அஞ்ஞானம்.

204. எல்லா உயிர்களிடத்திலும் வீற்றிருக்கும் பரம் பொருளை உணர்ந்து தெளியும் ஒருவன், தனக்கும் மற்ற உயிர்கட்கும் உள்ள தொடர்பை உணர்தல் கூடும். பிற உயிர்கட்குத் தீங்கு நினைப்பது, தன்னுயிர்க்கே அத்தீங்காகுவது அவனுக்கு நன்கு விளங்கும். அவன் தன்னுயிரைப் போல மன்னுயிரைப் பார்ப்பன்.

205. தன்னுயிரைப் போல் மன்னுயிரைக் கருதுவது சகோதர நேயம்.

206. சகோதர நேயம் பெறாது தெய்வத் தன்மை அடைதல் இயலாது.

207. தன்னுயிரைப்போல மன்னுயிரைப் பார்க்கும் சகோதரநேயம் எப்படிக் கூடும்? உள்நோக்கைப் பெருக்கப் பெருக்க அந்நேயம் கூடும்.

208. உள்நோக்கைப் பெருக்காது, புறநோக்கை மட்டும் பெருக்கப் பெருக்கப் பிளவு; பிணக்கு, போர், கொலை, கொள்ளை, பொய், நிந்தனை, ஏமாற்றம், இன்ன பிற பெருகி, உலகை இடர்ப்படுத்திக் கொண்டிருக்கும்.

209. உள்நோக்கில் கருத்துச் செலுத்தாது புறநோக்கிலேயே கருத்துச் செலுத்திச், சகோதர நேயத்தைப் பற்றிப் பேசப்படும்

பேச்சுக்களாலும், எழுதப்படும் எழுத்துக்களாலும் சிறிதும் பயன் விளையாது.

210. உள்நோக்கு எனில், பெண் ஆணையும், ஆண் பெண்ணையும் துறந்து, வீட்டை விட்டுக் காடு மலைகட்கோடித் தனித்திருந்து மூச்சைப் பிடிப்பதன்று. துறவு நுட்பம் மேலே சொல்லப்பட்டது.

211. பெண் ஆணுடனும், ஆண் பெண்ணுடனும் வாழ்தலால், தீயகுணங்கள் தேய்ந்து அன்பு வளர்கிறது. அன்பு, உள்நோக்குப் பெருக்கத்துக்கு உறு கருவி.

212. உள்நோக்கு விரிய விரியப் புறவேற்றுமைபொன்றும். அந்நிலையில் உயிர்க்கும் இறைக்கும் உள்ள தொடர்பு தெளி வாகும். அத்தொடர்பைத் தெளியத் தெளிய உயிர்களிடத்து அன்பு என்னும் சகோதர நேயம் பெருகும்.

213. உயிர்க்கும் இறைக்கும் உள்ள தொடர்பு இயல்பா யிருப்பது அதைத் தெளிவது அநுபூதி *(Realisation)* எனப்படும்.

214. உயிர்க்கும் இறைக்கும் உள்ள தொடர்பைத் தெளிவது ஞானம்; அதைத் தெளியாதிருப்பது அஞ்ஞானம். இத் தெளிவிற்கென்றே தனுகரண புவனபோகங்கள் இயற்கையில் ஏற்பட்டன. இவைகளை வெறுத்துத் துறந்தால் அநுபூதி உண்டாகாது. ஆதலால், அவைகளை வெறாது, அவைகளுட னிருந்து கொண்டே, தீக்குணங்களைப் போக்கி, அன்பைப் பெருக்கிப் பெருக்கி, அநுபூதி பெறுதல் வேண்டும்.

215. அன்பைப் பெருக்கி, அநுபூதி பெறுதற்குரிய முழு மார்க்கம் சமயம் என்பது.

216. சமயம் என்பது சத்தைத் தெளிதற்குரிய மார்க்கம்.

217. சத்துக்குரிய மார்க்கம் இயற்கை என்பது முன்னர்ச் சொல்லப்பட்டது. ஆகவே இயற்கை நெறி சமயம் என்க.

218. இயற்கையோடியைந்த வாழ்வு சமய வாழ்வாகும்.

219. சமய வாழ்வு வேறன்று; இயற்கை வாழ்வு வேறன்று.

220. உலகியல் வாழ்வினின்றும் சமயம் பிரிந்து நிற்கும் ஒன்று என்று நினைப்பது தவறு. வாழ்வின் ஒவ்வொரு கூறிலும் சமயம் உண்டு.

221. உலக வாழ்வினின்றும் பிரிந்து நிற்பது சமய நெறியில் நிற்பது என்று கருதுவது, கானற் சலத்தை நாடி ஓடுவது போன்ற தாகும்.

222. வாழ்வின் ஒவ்வொரு கூறிலும் தூய்மையாயிருப்பது சமயநெறி நிற்பதற்கு அறிகுறி.

223. சமயம் என்பது, வெறும் புறக்கோலம் என்றும், வெறும் சம்பிரதாயக் கட்டு என்றும் பலவிடங்களில் திரிபாகக் கொள்ளப்பட்டிருக்கிறது. சமயம் வெறும் புறக்கோலமுமன்று; வெறும் சம்பிரதாயக் கட்டுமன்று.

224. வெறும் வெறும் புறக்கோலங்களும் சம்பிரதாயக் கட்டுகளும், இவைகளை ஒட்டி எழுந்த வழக்க ஒழுக்கங்களும் சமயத்தின் பேரில் புரோகிதர்களால் நுழைக்கப்பட்டன. இவைகள், உயிர்க்கும் இறைக்கும் இயல்பாயுள்ள தொடர்பைத் தெளியப் படுத்தும் மார்க்கமாகிய சமயம் ஆகா.

225. புறக் கோலங்களும், சம்பிரதாயக் கட்டுகளும், இவை களை ஒட்டி எழுந்த வழக்க ஒழுக்கங்களும் புரோகித மதங் களின்பாறபட்டன.

226. புரோகித மதங்கள் பல. அவை ஒவ்வோரிடத்தில் ஒவ்வொருவிதமாக விளங்கும்.

227. புரோகித மதங்களில் கட்டுப்பாடுகளிருத்தலால், அவை உயிர்க்கும் இறைக்கும் உள்ள தொடர்பைத் தெளியப் படுத்தத் துணை செய்யா. அத்துணை செய்யாமையால் அம்மதங்

களால் சகோதர நேயம் வளர்வதில்லை. அவைகள் சகோதர நேயத்தைக் குலைப்பவை என்றுங் கூறலாம்.

228. புறக் கோலங்கள் பல தொடக்கத்தில் சுகாதாரத்துக் கெனக் கோலப்பட்டன. நாளடைவில் அவைகள் சமயப் பெயரில் குடிபுகுந்தன.

229. சுகாதாரத்துக்கு முரண்செய்யும் கோலங்களும் பின்னாளில் வாழ்வில் புகுந்துள்ளன. அவை, களையப்படல் வேண்டும். சுகாதாரத்துக்கு அரண் செய்யும் புறக்கோலங்களால் தீங்கில்லை.

230. புறக் கோலங்களைப் பூண்பது கடவுள் நெறி நிற்பது என்று எண்ணுதல் தவறு. புறக்கோலங்கள் மட்டும் இறையை உணர்த்தா. இறையை உணர்த்துவது இயற்கை.

231. நல்ல சம்பிரதாயங்கள் சில, சமூக *(Society)* வளன் கருதித் தொடக்கத்தில் வகுக்கப்பட்டன. அவைகளில் மூடப் பழக்க ஒழுக்கங்கள் நாளடைவில் குடிபுகுந்தன. அவைகட்கும் கடவுள் நெறிக்கும் தொடர்பில்லை.

232. சமூக நலனுக்குத் துணை செய்யும் சம்பிரதாயங்களால் தீங்கு விளையாது.

233. புறக் கோலங்களும் சம்பிரதாயங்களும் மதங்களாக நாளடைவில் புரோகிதரால் அறிவுறுத்தப்பட்டன.

234. புரோகித மதங்கள் புரோகிதரால் காணப்பட்டன.

235. சத்துக்குரிய மார்க்கமாகிய சமயம் ஒருவரால் காணப் படாதது; அஃது என்றும் இருப்பது. அது மக்களால் எங்கே திரிபாக உணரப்படுகிறதோ? அங்கே குருமாரில் எவராவது ஒருவர் தோன்றி, அதன் நுட்பத்தை அக்கால தேச வர்த்தமானங்கட் கேற்ற முறையில் விளக்கிச் செல்வர்.

236. புரோகிதர் குருமாரல்லர். புரோகிதர் காமக் குரோதங் களுடையவர். புரோகிதர், தம் நலன் கருதி, மக்களை

அறியாமை யில் அழுத்தி, மூடப் பழக்க ஒழுக்கங்களையும், வெற்றுச் சம்பிரதாயம் முதலிய கட்டுகளையும், பிற போலி களையும் அவரிடைப் பெருக்கிக்கொண்டிருப்பவர். குருமார் காமக் குரோதங்களில்லாதவர். குருமார், மக்கள் நலங்கருதி, அவர்கள் அறியாமையைப் போக்க, அவர்களை அறிவு ஒளியில் நடத்த முயன்றுகொண்டிருப்பவர். குருமார் யார் என்பதும், அவர் இயல்கள் இன்ன என்பதும் முன்னே சிறிது கூறப்பட்டன; பின்னுஞ் சில விளக்கப்படும்.

237. புரோகித மதங்கட்கும் கடவுள் நெறியெனுஞ் சமயத்துக்கும் எவ்விதத் தொடர்பும் இல்லை.

238. சமயம் என்பது என்ன? சமயம் என்பது உயிர்க்கும் சத்துக்கும் உள்ள தொடர்பைத் தெளியப்படுத்தும் மார்க்கம்; சத்துக்குரிய மார்க்கம் என்று சுருங்கச் சொல்லலாம்; சத்+மார்க்கம் - சன்மார்க்கம்.

239. சமயம் என்பது சன்மார்க்கம்.

240. சமயம் ஆராய்ச்சியைக் கடந்தது; ஆராய்ச்சிக்கு எட்டாதது. அஃது ஆராய்ச்சியில் அடங்கா ஒன்று. ஆராய்ச்சி முட்டும் இடத்தில் முளை விடுவது சமய உணர்வு.

241. சமயம் ஒன்றா? பலவா? சமயம் ஒன்றே.

242. உலகில் பல சமயங்கள் பேசப்படுதற்குக் காரணம் என்னை? சமயங்கள் பல இல்லை. சமயப் பெயர்கள் பல உண்டு.

243. உலகில் மொழிகள் பலவா யிருத்தலான், சமயத்துக்கும் பெயர்கள் பலவாக வழங்கப்படுகின்றன. உலகில் மண்ணுக்கு எவ்வளவோ பெயர்கள் வழங்கப்படுகின்றன. பெயர் பலவா யிருப்பினும் பொருள் ஒன்றே யன்றோ?

244. சமயத்தின் புறப் பெயர்களை நீக்கி, அதன் அகத்தை நோக்கின் பொருள் ஒன்றாயிருத்தல் புலனாகும்.

245. பல சமய உணர்ச்சிக்குச் சில புறக் கோலங்களும் காரணமாக நிற்கின்றன. அவரவர் புறக்கோலங்கொண்டு அவரவர் இச்சமயத்தவர் அச்சமயத்தவர் என்று சொல்லப் படுகிறார். புறக் கோலங்கள் செயற்கையா இயற்கையா என்பது சிந்திக்கப் படல் வேண்டும். புறக் கோலங்கள் பிறப்பில் அமைவ தில்லை. உலகில் பிறந்த பின்னை சேர்க்கை காரணமாக ஒவ்வொருவர் ஒவ்வொருவிதப் புறக்கோலந் தாங்குகிறார். புறக்கோலங்கள் இயற்கைச் சின்னங்களாயின், அவைகள் படைப்பில் அமைதல் வேண்டும். அவைகள் படைப்பில் அமையாமையால் அவை களைச் செயற்கை என்று விளக்க வேண்டுவதில்லை. புறக் கோலங் களைக்கொண்டு, உலகில் சமயப் பாகுபாடுகள் செய்யப் படுதலால், அப்பாகுபாடுகள் இயற்கையின் பாற்பட்டன அல்ல என்பது வெள்ளிடைமலை. ஆகவே புறக்கோலச் சமயங்கள், உயிர்க்கும் இறைக்கும் உள்ள தொடர்பைத் தெளிவிக்கும் அநுபூதி நிலை கூட்டும் இயற்கைச் சன்மார்க்கமென்னுஞ் சமயம் அல்ல என்பது உணரத்தக்கது.

246. குருமார் ஆங்காங்கே தோன்றி அறிவுறுத்திய சமயம் ஒன்றே. அதுவே சன்மார்க்கம் என்பது. சன்மார்க்கம் ஒவ்வொரு மொழியில் ஒவ்வொரு பெயர் பெற்றிருக்கிறது. ஒவ்வொரு பெயரையும் ஒவ்வொரு சமயமென்று கருதுவது திரிபேயாகும். அத்திரிபு நீண்ட காலம் உலகில் படிந்து கிடக்கிறது. ஆனால் அதனால் பெருந் தீமை விளையாது. தமது சமயம் தமது சமயம் என்று அவரவர் கருதுமாறு, அவரவர் தம் தம் சமயத்தில் நின்று ஒழுகுவாராயின், அவரவர் முடிவில் அடையும் அநுபூதி ஒன்றே ஆகும். திரிபால் அவரவர் தாம் தாம் கருதுஞ் சமய வழி நின் றொழுகாது, என் சமயம் மெய்; உன் சமயம் பொய் என்று வாதத்தில் இறங்கினால் தீமையே விளையும்.

247. சமயத்துக்கும், சமய வாதத்துக்கும் எவ்விதத் தொடர்பும் இல்லை. இது வேறு; அது வேறு.

248. சமய வாதம் பொல்லாதது. அஃது எரி பகை முதலிய கொடுமைகளை வளர்ப்பது. எரி பகை முதலிய தீக்குணங்கள் அன்புக் கடவுளை எங்ஙனம் உணர்த்தும்?

249. சமய வாதம் சன்மார்க்கத்தை விளங்கச் செய்யாது. சமய வாதம் இழிந்தது; மிக இழிந்தது.

250. துன்மார்க்கத் துறைகள் பல உண்டு. அவைகளுள் தலையாயது சமய வாதம். சமய வாதிகளே துன்மார்க்கங்களில் தலையாயவர்கள். சமய வாதம் மக்களை விலங்காக்கும்.

251. எக்காரணம் பற்றியும் மக்கள் சமய வாதத்தில் இறங்க லாகாது.

252. மக்கட்குச் சமயம் இயற்கை; சமய வாதம் இயற்கையன்று.

253. பலமொழி பேசுவோர் ஒரு காட்டின் வழியே போதல் நேர்ந்தது. அவர்கள் நெடுந்தூரம் நடந்தமையால் அவர்கட்கு நீர் வேட்கை எழுந்தது. நீர் நிலை சமீபத்திலில்லை. நீர் எங்கே கிடைக்கும் என்று ஒருவரை ஒருவர் அவரவர் மொழியில் வேட்கை மிகுதியால் விரைந்து கேட்டனர். ஒருவர் மொழி ஒருவர்க்குத் தெரியவில்லை. ஒருவரை ஒருவர் கேட்பது நீர் என்பதை அவரவர் உணராது, ஒருவரை ஒருவர் திட்டுவதாகக் கருதி, ஒருவரோடொருவர் அறைந்து கொண்டே ஓடினர். இடையிடை அறை, அடியாகவும் உதையாகவும் முதிரலாயிற்று. பலர்க்குக் காயங்களும் உண்டாயின. இவ்வாறு போரிட்டு ஓடுவோர் எதிரில், ஓர் அழகிய நீர் நிலை திடீரெனத் தோன்றியது. அதைக் கண்டதும் எல்லாரும் போரை மறந்து, அதனிடம் விரைந்து ஓடி, நீர் அருந்தி, இளைப்பாறச் சாய்ந்தனர். அங்கே பலமொழி பயின்ற ஒரு பெரியார் போந்தனர். அவர், நீர் அருந்திப் படுத்துக் கிடக்கின்ற கூட்டத்தாரைப் பார்த்தார். இவர்கள் உடல்களில் காயங்கள் காணப்படுகின்றன. இவர்கள் உறக்கத்திலிருக்கிறார்கள். உண்மை உணர்தல் வேண்டும் என்று கருதி, ஒரு மரத்தடியில் அவர் அமர்ந்து சாதாரிப்பண் பாடினர். அப்பாட்டு, உறங்கிய பலரை எழுப்பியது. அப்பலரும் அவரைச் சூழ்ந்து

கொண்டனர். அவ்வேளையில், அவர் பாட்டை ஒருவாறு முடித்து, அவர்களை நோக்கி, நீங்கள் யார்? c§fŸ clšfËš fha§fŸ g£oU¤j%‰F¡ fhuz« v‹d? என்று கேட்டார், நடந்ததை அவரவர் தத்தம் மொழியில் சொற்றனர். பெரியார் உண்மை உணர்ந்து, அவரவர் மொழியில் அவரவர் விரும்பிய பொருள் ஒன்றென்பதை விளக்கிக் காட்டினர். அவர்கள் தங்கள் அறியாமை உணர்ந்து வருந்தினார்கள். சமய வாதிகள் இக்கதை நுட்பத்தை உணர்வார்களாக.

254. பசுக்களிற் சில வெண்மையா யிருக்கின்றன; சில செம்மையா யிருக்கின்றன; சில கருமையா யிருக்கின்றன; இன்னும் வெவ்வேறு நிறமுடைய பசுக்களும் உண்டு. சில பசுக்களுக்குக் கொம்புகள் நீண்டிருக்கின்றன; சிலவற்றிற்குக் கொம்புகள் வளைந்திருக்கின்றன; பற்பலவாறு கொம்புகளைக் கொண்ட பசுக்களும் உண்டு. இப்பலதிறப் புறவேற்றுமை களுடைய பசுக்களைக் கறந்தால், இவைகள் யாவும் அளிக்கும் பால் எத்தன்மையது? எல்லாம் பசுக்களும் வெண்ணிறப் பாலையே தருகின்றன. சமய வாதிகள் இவ்வெடுத்துக் காட்டின் நுட்பத்தை ஓர்வார்களாக.

255. புறப் பெயர் வேற்றுமைகளில் கருத்தைச் செலுத்தச் செலுத்தப் பன்மை விகாரமே தோன்றும். புறப்பெயர்களை நீக்கி, அகத்தை நோக்கினால், ஒருமை இன்பத்தை நுகரலாம்.

256. சத் ஒன்றே. அதற்குரிய மார்க்கமும் ஒன்றே. அவ் வொன்றை எம்மொழியால் எப்பெயரால் அழைத்தால் என்ன?

257. சமயங்கள் பல என்று கொண்டு, மெய்ச் சமய பொய்ச் சமய வாதங்களைத் தொடுத்து, ஒரு சமயம் விடுத்து மற்றொரு சமயம் புகுதலும், அதற்கெனக் கிரியைகள் முதலியன செய்தலும் உலகில் பல இடங்களில் நடந்து வருகின்றன. அவை இயற்கையின் போக்குக்கு அரண்செய்வன அல்ல.

258. இறை ஒன்று. அஃது எங்கும் நீக்கமற நிறைந்திருப்பது. அஃதில்லா இடம் இல்லை. எங்கே போனாலும் எங்கே

வந்தாலும் அங்கங்கே இருப்பது ஓர் இறையே. உண்மை இவ்வாறாக எதை விடுத்து எங்கே போதல் என்பதும், எதைக் கொண்டு எங்கே வருதல் என்பதும் விளங்கவில்லை!

259. உலகில் சமயங்கள் பலவாயிருந்து, அவைகளில் மெய் பொய்ச் சமயங்களிருக்குமாயின், இயற்கைப் படைப்பில் இது மெய்ச் சமயம் என்னுங் குறி எம்முறையிலாதல் பொறிக்கப்படும். இயற்கைப் படைப்பில் அத்தகைக் குறி ஒன்றையுங் காணோம். இதனால் இயற்கைச் சமயம் ஒன்றே என்பது தேற்றம்.

260. மக்கள், பிறந்த பின்னரே மற்றவர் சேர்க்கையால் தங்களை அம்மதத்தார் இம்மதத்தார் என்று சொல்லிக் கொள் கிறார்கள். பிறக்கும்போது அவர்கள் எச்சமயக் குறியுடனும் பிறப்பதில்லை.

261. மதவாதம், மதமாற்றம், மாற்றத்துக்கெனக் கிரியை முதலியன புரோகிதரால் நிறுவப்பட்டன. இயற்கைச் சன்மார்க்கத் துக்கு மதவாதமோ மதமாற்றமோ கிரியையோ ஒன்றும் வேண்டுவ தில்லை.

262. பல சமய உணர்வு கொள்வது தவறு. அவ்வுணர்வு, ஒரு சமயம் விடுத்து, மற்றொரு சமயம் புக இடம் பெறுதலால், அஃது ஒரு கடவுளைப் பல கடவுளராகப் பாவிக்கவும், இயற்கைப் படைப்பை அவதூறு செய்யவும் தூண்டுவதாகிறது.

263. மனந் திரும்புதற்கு மதவாதமோ, மதமாற்றமோ, அதற்கெனக் கிரியையோ வேண்டுவதில்லை. மதவாதம் முதலியன மனந்திரும்புதற்குத் துணைசெய்யாமல், பிடிவாதத் துக்கே துணைசெய்யும்.

264. மக்களிடத்தில் பொதுவாக இருவித நிலைகள் இருக்கின்றன. ஒன்று பேய் நிலை; மற்றொன்று தெய்வ நிலை. பேய்நிலை தீய குணங்களின் உறைவிடம்; தெய்வ நிலை நல்ல குணங்களின் உறைவிடம். பேய் நிலையை ஜீவபோதம்

என்றும், தெய்வ நிலையை ஜீவபோதம் அற்றது என்றும் சுருங்கச் சொல்லலாம். பேய் நிலையினின்றும் தெய்வநிலை அடைவது மனந்திரும்புவதாகும். இதற்குச் சன்மார்க்கம் என்னும் ஒரு சமயம் இயற்கையில் அமைந்திருக்கிறது. உள்ள அவ்வொன்றில் போதல் எங்கே? வருதல் எங்கே?

265. மத வாதமும், மத மாற்றமும், கிரியையும், இன்ன பிறவும் பேய்நிலையை நீக்கித் தெய்வநிலையை நல்குகின்றனவா என்பது கருதற்பாலது. இவைகளால் அம்மாறுதல் நிகழ்வதில்லை என்பது வெளிப்படை.

266. கல்வி கேள்வி ஆராய்ச்சிகளாலும், நல்லோர் சேர்க்கை யாலும், இன்ன பிறவாற்றாலும் மனம் படிப்படியாக மாறுதல் அடைந்துகொண்டே போகும். மனமாற்றமாவது அறிவுப்படி ஏறுவது. இஃது உள் நிகழ்ச்சி.

267. உள் நிகழ்ச்சி நொடிக்கு நொடி மாறுவதும் உண்டு. இது, மதம் மாறுதல் என்று சொல்லப்படின் உலகில் எத்துணை மதங்கள் தேவையா யிருக்கும்! ஒவ்வொருவனுக்கு ஒவ்வொரு போது ஒவ்வொரு மதம் வேண்டுமன்றோ? இதைக் கொண்டே சமயம் பலவாயிருத்தல் அரிது என்று ஊகித்து உய்த்துணரலாம்.

268. மதங்களைப் பலவாக்கொண்டு, மதவாதத்திலும் மதமாற்றத்திலும் தலைப்படுவதால் விளையுந் தீங்குகள் பல அவ்வம் மதத்தார் தம் தம் மதத்தின் ஜனத்தொகையைப் பெருக்கவே முயல்வர். அம்முயற்சியால் மக்களிடை எழும் எரி, கொலைவரைப் பொங்கி எழுவதை உலகம் பலமுறை அநுபவித் திருக்கிறது. எரியைத் தூண்டும் மதவாதமும் மதமாற்றமும் கடவுள் நெறியாகா. எரி அற்ற இடத்தில் திகழ்வது கடவுள்நெறி.

269. மதவெறியால் கொலை செய்யப் புகுவோன், தன்னை வேறாகவும், தன்னால் கொலை செய்யப்படுவோனை வேறாகவும் நினைக்கிறான். தன் உயிரிலும், மற்றவன் உயிரிலும் ஈசன் ஒருவனே இருக்கிறான் என்னும் உணர்வு மத

வெறியனிடத்தில் விளங்குவதில்லை. தன்னுயிரைப் போல் மன்னுயிரைப் பார்க்குஞ் சகோதர நேயமே கடவுள் நெறியில் நிற்பதற்கு அறிகுறியாகும். மதவெறியை எழுப்பும் மதவாதமும், மதமாற்றமும், இன்ன பிறவும் சகோதர நேயத்தை வளர்த்தல் அரிது. ஆகவே, மதவாதம், மதமாற்றம் முதலியவற்றில் தலைப் படாது? பேய் நிலையி னின்றும் தெய்வ நிலைக்கு மனத்தைத் திருப்பவல்ல கடவுள் நெறியெனுஞ் சன்மார்க்கத்தில் நிற்க மக்கள் முயலல் வேண்டும்.

270. மனந்திரும்புதல் என்பது ஒருநாளில் இருநாளில் புறக்கிரியைகளால் நிகழ்ந்து விடாது. மனக்கோள், மாறி மாறி வளர்ந்து போகும் இயல்பினது. அவ்வளர்ச்சி மெய்யறிவு விளங்கும்வரை செல்லும்.

271. மக்கட்கு மெய்யறிவு விளங்கும்வரை இடை இடையே ஒன்றைப்பற்றிய நம்பிக்கையும், அவநம்பிக்கையும் மாறி மாறித் தோன்றித் தோன்றி மோதிக் கொண்டேயிருக்கும். அவ்வப் போது உற்றுவரும் மாறுதலால், அவரவர் மனோ நிலைக்கேற்ற வண்ணம் நம்பிக்கைகள் பலதிறத்தனவாய்ப் பிறத்தல் இயல்பு. அவரவர் நம்பிக்கை வழி அவரவர் நடக்க அவரவர்க்கு உரிமை இருத்தல் வேண்டும். அவ்வுரிமையைப் பலாத்காரத்தாலோ, சம்பிரதாயங்களாலோ, இன்ன பிறவற்றாலோ இடர்செய்தல் தவறு.

272. இறை அப்பன் உரிமையோ டிருக்கிறான்; இயற்கை அன்னை உரிமையோ டிருக்கிறாள்; ஆகவே, உயிர்களும் உரிமையோடு உலகில் வாழ்தல் வேண்டும்.

273. மெய்யறிவு விளங்கும்வரை ஒருவன் நம்பிக்கை இன்னொருவனுக்கும், இவன் நம்பிக்கை அவனுக்கும் மாறாகத் தோன்றுதல் கூடும். இத் தோற்றத்தால் ஒருவன் ஒருவனைத் தன் தன் வழியில் திருப்பும் முயற்சியும் அவன் அவன்பால் எழுதல் கூடும். இவன் தவறான வழியில் செல்கிறானென அவன் இரங்கியும், அவன் தவறான வழியில்

செல்கிறானென இவன் இரங்கியும் ஒருவனை ஒருவன் திருப்பப முயல்கிறான். இதற்குப் பலாத்காரம் அநாவசியம். உண்மையான இரக்கம் பலாத்காரத்தில் இறங்கச் செய்யாது. பலாத்காரம் எழும் இடத்தில் நியாயம் இராது. பலாத்காரத்தால் ஒருவரை ஒருவர் திருப்ப முயல்வது காட்டுமிராண்டிச் செயலாகும். அன்பில் நின்று ஒருவன் தான் உண்மை என்று நம்புவதை மற்றவனுக்கு அறிவுகொளுத்த முயல்வது நாகரிகம். அன்புப் போதனையால் திரும்புவோர் திரும்புக; திரும்பா திருப்போரிருக்க. எதற்கும் எவர்க்கும் உரிமை இருத்தல் வேண்டும். உரிமை, பலாத்காரத்தால் பாழ்படலாகாது.

274. மதவெறியால் விளையுங் கேடுகளைக் காணுஞ் சிலர், கடவுள் நெறியே இக்கேடுகளுக்குக் காரணமாக நிற்றலான், அந்நெறியே வேண்டாம் என்று சொல்வதுண்டு. மதவாதிகளின் இழிந்த செயல்கள் இவர்களை இவ்வாறு சொல்லவும் நடக்கவும் தூண்டுகின்றன. கடவுள் நெறி இயற்கை என்று மேலே சொல்லப் பட்டிருக்கிறது. இதை உணர்வோர், மத வெறிக்கும் கடவுள் நெறிக்கும் எவ்விதத் தொடர்புமில்லை என்பதை எளிதில் தெளிவர்.

275. மதவெறியை வெறுத்து ஒதுக்குவது விரும்பத்தக்கது. ஒதுங்கும் அளவுடன் நில்லாது கடவுள் நெறியெனுஞ் சன்மார்க்கத்தில் நிற்க உறுதிகொள்ளல்வேண்டும். தீமையை வெறுப்பது நன்மையைக் கடைப்பிடிப்பதாகாது. நன்மையைக் கடைப்பிடிப்பது தீமையை வெறுத்தொழிப்பதாகும். நன்மையைக் கடைப்பிடிப்பது சன்மார்க்கத்தில் நிற்பதாகும். சன்மார்க்கத்தில் நிலவா வாழ்வு சிறையுண்டா நீர் *(Stagnant water)* போன்றதாகும்.

276. சன்மார்க்கத்துக்கு நாடு, மொழி, நிறம், வகுப்பு, மதம் முதலிய வேற்றுமைகளில்லை. அம்மார்க்கம் மன்பதைக்குப் பொதுவாயிருப்பது.

277. சன்மார்க்கத்தில் நின்று நாடு மொழி முதலியவற்றில் பற்றுக்கொள்ளலாம். சன்மார்க்கத்தில் நில்லாது வெறும் நாடு மொழி முதலியவற்றைத் தனிமைப்படுத்தி, அவைகளிடத்துப் பற்றுக்கொள்வது உலக சகோதர நேயத்தைக் கண்டப்படுத்துவ தாகும். அதனால் மன்பதையில் போராட்டமே பெருகும்.

278. நாடு மொழி முதலியவற்றிற் பற்றுச் செலுத்தல் கூடாதென்பது சன்மார்க்கத்தின் கருத்தன்று. அப்பற்று, மற்ற நாடு மொழி முதலியவற்றினிடத்துப் பொறாமை எழுப்பிப் பகைமை விளைப்பதாயிருத்தல் கூடாதென்பது சன்மார்க்கத் தின் கருத்து. சன்மார்க்கம் நாடு மொழி முதலியவற்றைக் கடந்து நிற்றலான், அதில் ஈடுபட்டு? நாடு மொழி முதலியவற்றிற் பற்றுச் செலுத்தினால், உலக சகோதர நேயத்துக்குப் பங்கம் நேராது.

279. எல்லா நாட்டார், எல்லா மொழியார் முதலிய எல்லாரிடத்திலும் வீற்றிருக்கும் சத்தெனும் பொருள் ஒன்றே என்று உணர்த்தும் ஆற்றல் சன்மார்க்கத்துக்கிருத்தலான், அம் மார்க்கத்தில் நின்று, நாடு மொழி முதலியவற்றிற் பற்றுக் கொள்வதால், பிரிவு உணர்வு எழுதற்கு இடம் இல்லாமற் போகிறது.

280. எல்லா உயிர்களிலும் வீற்றிருக்கும் பரம்பொருள் ஒன்றே என்று உணர்த்துவது சன்மார்க்க மாதலின், உலகில் சமரச ஞானத்தை வளர்ப்பதற்கு அதுவே சிறந்த கருவியாகிறது. அச்சிறப்பு அதன் மாட்டிருத்தலான், அது சமரச சன்மார்க்கம் என்று வழங்கப்படுவதாயிற்று.

281. சமரசம், வாழ்விற்கு இன்றியமையாதது. அது சகோதர நேயத்தை வளர்ப்பது. சமரச நோக்கு இல்லாவிடத்தில் சகோதர நேயம் பிறத்தலும் அரிது. சகோதர நேயத்துக்கு அடிப்படை சமரசம். அச்சமரச நோக்கை எளிதில் கூட்டவல்லது சன்மார்க்கம் ஒன்றே.

282. எவ்வுயிரும் ஆண்டவன் கோயில் என்னுஞ் சமரச சன்மார்க்க உணர்வின்றிப் பேசும் சகோதர நேயம் பொருளற்ற தொன்று. அது சிலரை நேசிக்கவும் சிலரைப் பகைக்கவும் தூண்டுவ தாகும்.

283. உலகில் அமைதி வேண்டும். அமைதிக்குச் சகோதர நேயம் வேண்டும். சகோதர நேயத்தை, நாடு, மொழி, நிறம், வகுப்பு, மதம் முதலிய பிரிவுகள் குலைத்து விடுகின்றன. ஆகவே, இவைகளைக் கடந்த ஒன்று சகோதர நேயத்துக்கு அவசியந் தேவை. அஃது எல்லா நாட்டார் எல்லா மொழியார் முதலிய எல்லார்க்கும் பொதுவாயிருத்தல் வேண்டும். அஃது எது? அஃது எல்லா உயிர்களிலும் வீற்றிருக்கும் சத் ஒன்றே. அதை உணர்த்தும் இயற்கை நெறி சன்மார்க்கம் என்பது. அச் சன்மார்க்கம் ஒன்றே நாடு, மொழி, நிறம், வகுப்பு, மதம் முதலிய பேதங்களை நீக்கி, அபேதத்தை நிலைபெறுத்திச், சகோதர நேயத்தை வளர்த்து, அமைதி இன்பத்தை வழங்கவல்லது.

284. எல்லா உயிர்களிலுமுள்ள சத்தெனும் இறை உண்மையைக் கலைஞானத்தால் அறிவது ஒரு வழி; மெய்ஞ் ஞானத்தால் தெளிவது மற்றொரு வழி. கலைஞானத்தளவில் நின்று விடுவது வாழ்வின் நோக்கத்தை நிறைவேற்றுவதாகாது. மெய்ஞ்ஞானத் தெளிவுப் பேறே வாழ்வின் நோக்கத்தை நிறை வேற்றுவதாகும்.

285. மெய்ஞ்ஞானத் தெளிவுக்குப் பலமுறைகள் அமைந் திருக்கின்றன. அவைகள் யாவும் நாட்டின் இயல்பு, மக்களின் இயல்பு முதலியவற்றிற்கேற்ற வண்ணம் அமைந் துள்ளன. அவைகள் எல்லாவற்றிலும் ஊடுருவிப் பொதுவாக நிற்பது ஒன்றுளது. அஃது எது? அது தியானம்.

286. ஒளி உடலுக்கு எங்ஙனம் இன்றி அமையாததோ, அங்ஙனமே தியானம் உயிருக்கு இன்றி அமையாதது.

287. தியானத்தின் முதிர்ச்சியில் ஒருவித அமிழ்தம் பிறக்கும். அஃது உயிரையும் உயிர்வழி உடலையும் ஓம்பும். அவ்

வமிழ்தம் பிறத்தலும் தெரியாது; உணவாதலும் தெரியாது. அஃது உயிருக்கும் உடலுக்கும் வழங்கும் ஆறுதலால், அதன் தன்மையை மட்டும் உணர்தல் கூடும். தொடக்கத்திலேயே தியானம் எளிய முறையில் ஒருவித ஆறுதல் அளிப்பது அநுபவத்தில் தெளிவாகும்.

288. உடல் நலனுக்கும், உயிர் நலனுக்கும் தியானம் இன்றியமையாதது. அலையும் மனத்துக்கும், அதன்வழி உழலுங் கருவி கரணங்கட்கும், பிற உறுப்புக்கட்கும் தியானம் உதவும் நலனை அநுபவத்தில் உணரலாம்.

289. தியானம், தியான யோகம் என்றுஞ் சொல்லப்படும்.

290. யோகம் என்பதற்கு ஒன்றல் என்பது பொருள்.

291. யோகம் என்பது மூச்சை அடக்குவதுதான் என்று சிலர் கருதுவதுண்டு. மூச்சைப் பிடிக்கும் முறைகள் எல்லாம் யோகங்கள் ஆகா. வழி துறையின்றி மூச்சைப் பிடிப்பதால் பல இடர்கள் விளைவதும் உண்டு.

292. யோக வகைகள் பல. அவைகளை இரண்டு இன மாகப் பிரிக்கலாம். ஒன்று மல யோகம்; மற்றொன்று அமல யோகம்.

293. மலயோகம், உடல்நலன் கருதி முயன்று வலிந்து செய்வது. காற்றை ஈர்த்தல் நிறுத்தல் விடுதல் முதலியன மல யோகத்தின்பாற் பட்டன. இவைகளில் தவறுதல் நேரின் உடலுக்கே ஊறு நேரும். ஊரை ஏமாற்றவுஞ் சிலர் மலயோகம் பயில்வர். தீயொழுக்கத்துக்குஞ் சிலர் அவ்யோகம் பயில்வர். மலயோகம், தக்கார்மாட்டுக் கேட்டுப் பயின்று ஒழுங்காகச் செய்யப்படின், அதனால் உடலுக்கு நலன் விளையாமற் போகாது. மலயோகத்தால் ஆத்ம ஞானங் கைகூடாது. மலயோகிகள் ஆத்ம ஞானிகளல்ல.

294. மலயோக வகைகள் பல. மூச்சைப் பிடிக்கும் மலயோகம், மூச்சைப் பிடியாத மலயோகம், கண் காது முதலியவைகளின் வழிச் செய்யும் மலயோகம் முதலிய பலவகைகள் உருக்

கொண்டன. அவைகளில் சிலவற்றில் சில சமயங்களில் ஒலி கேட்டலும் ஒளி தோன்றலும் நிகழும். இவைகளைக் கொண்டு சில மலயோகிகள் பெருங் கோட்டை கட்டி உலகை வஞ்சிக்க முயல்வார்கள். அவர்களுக்கு உலகம் மிக எச்சரிக்கையா யிருப்பதாக.

295. மூச்சைப் பிடிப்பதில் தவறுதல் நேர்ந்தால் நோயுண் டாகும். அந் நோயாளிகட்கும் சில வேளைகளில் ஒலி கேட்கும். இதற்குக் காரணம் நுரைஈரலின் நலிவும், மண்ணீரலின் சவலையும், பிறவுமாகும்.

296. நோய்வாய்ப்படாத நல்ல மலயோகிகள் சிலருக்கும் ஒலி கேட்கும். அவ்வொலி அவர்களது பயிற்சி மிகுதியால் நரம்புக் குழாய்களினின்றும் பிறப்பதாகும். அஃது இயற்கையினூடு பரந்து நிற்கும் அருள்நாதம் அன்று.

297. மலயோகத்தில் தோன்றும் ஒளி, பயிற்சி மிகுதியால் நுண்ணிய நரம்பொலிகளின் உராய்தலால் தோன்றுவது. அது பூத ஒளி. அவ்வொளி அருள் நாதஒலிக்கு ஊற்றாயுள்ள ஞான ஒளி அன்று.

298. மலயோக ஒலிக்கும் ஒளிக்கும் அஞ்ஞான வேரைக் கல்லி அறுக்கும் ஆற்றல் கிடையாது.

299. கொலை, களவு, கள், காமம், பொய் முதலிய பாவங் களில் தோய்ந்து கிடக்கும் ஒருவன், மலயோகத்தில் தேர்ச்சி பெற்ற ஒருவரிடம் அணுகி, அவ் யோகப் பயிற்சி செய்து வருவானாயின், அவனும் ஒலி கேட்கவும் ஒளி தோன்றவும் பெறுதல் கூடும். அவ்வொலியும் ஒளியும் மேல் நிலை உய்க்கும் எனில் உலகில் ஒழுக்கமே வேண்டுவதில்லையன்றோ? ஆகவே, மலயோக ஒலி ஒளி அளவில் நின்று, உலகம் ஏமாறாமல் இருப்பதாக.

300. அமல யோகத்துக்கு அடிப்படை ஒழுக்கம். ஒழுக்கம் அற்ற இடத்தில் அமல யோகம் கூடுதல் அரிது.

301. ஒழுக்கத்துக்கு முதலில் பஞ்சசீலப் பயிற்சி தேவை. பஞ்சசீலப் பயிற்சி மிக மிக, மற்ற சீலங்கள் தாமே படியும்.

302. பஞ்ச சீலங்கள்; கொல்லாமை, கள்ளாமை, கள்ளுண்ணாமை, காமுறாமை, பொய்யாமை.

303. அமல யோகம் வலிந்து முயன்று செய்வதன்று. அஃது இயற்கைவழி இயங்குவது. அதற்கு மூச்சைப் பிடித்தல் முதலியன வேண்டுவதில்லை. அதனால் உடலுக்கோ உயிருக்கோ தீங்கு விளையாது. அஃது உடலையும் உயிரையும் ஓம்பும்; ஆத்ம ஞானத்தைக் கூட்டும். அமல யோகம் எழுத்தால் எழுதிக் காட்டக் கூடியதன்று.

304. தியானம் முதிர முதிர அநுபவத்தில் - இயல்பில் - குருவருளால் அமல யோகம் படிப்படியே கூடும். ஆகவே, அமல யோகத்தைப்பற்றிச் சிந்திக்கவும் வேண்டுவதில்லை. தியானத்துக் குரிய அடிப்படையான துறைகளில் வாழ்வைப் பண்படுத்தி அதில் (தியானத்தில்) தலைப்பட முயல்வது ஒழுங்கு.

305. மேலே குறிப்பிட்ட உடலோம்பல், கல்வி, இல் வாழ்க்கை, ஒழுக்கம் முதலியவற்றினின்றும் பரிணமிப்பது தியானம்.

306. தியானம் உயிர்; அதற்குரிய உறுப்புகள் உடலோம்பல் முதலியன.

307. உடலோம்பல் முதலியவற்றுடன் குறித்த ஒன்றைக் குறித்த காலத்தில் செய்து பண்படல், அகப்புறத் தூய்மை, வாய்மை, தன்னலம் பாராட்டாமை, பிறர் பொருளை இச்சியாமை, உயிர்களிடத்து இரக்கம், இரக்கங்கொண்டு உயிர்கட்குத் தொண்டு செய்தல், உள்ளநிறை, அடக்கம், பொறை, நடுநிலை, எரிபகை எழாமை, மன்னிப்பு, செய்த தீங்குகட்கு வருந்தி வருந்தி அழுதல், அவ்வழுகையால் மீண்டும் தீங்குகட்கு ஆளாகாத உறுதியும் ஆற்றலும் பெறுதல், ஒழுக்கங் காத்தல் முதலிய நல்லியல்புகளும்

வேண்டற்பாலன. தியானம் என்னும் நிலையம் எழுதற்கு இவைகள் சாரங்கள் போன்று துணைசெய்வன. இந்நல்லியல்புகளை வாழ்வில் பெறாமல் தியானத்தில் அமர்வ தால், தியானம் சித்தியாது; அத்தியானம் குலைந்து குலைந்து போகும். ஆகவே, அந்நல்லியல்புகளைப் பெறும் முறையில் வாழ்வு நடாத்திப் பண்படல் வேண்டும்.

308. தியானத்தில் அமரும் முறையிலும் தியானத்திற்குத் துணை சேரும். இதற்குப் பலதிற ஆசனங்கள் சொல்லப்படு கின்றன. அவைகளில் பத்மாசனம் சாலப் பொருந்தியது. பத்மாசனம் நாடி நரம்புகளை ஒழுங்கில் நிறுத்தித் தியானத்துக்கு அரண் செய்யும்.

309. சர்வாங்க ஆசனம், சிரசாசனம், சவாசனம் முதலியன வும் உடலை நன்முறையில் ஓம்புவன.

310. ஆசனங்கள் அளவில் நிற்றல் தியானமாகாது. ஆசனங்கள் சாரம் போன்றன. ஆசனப் பயிற்சி இன்றியும் தியானங் கூடுதல் உண்டு.

311. தியானத்துக்குரிய சிறந்த இடம் இயற்கைவெளி. காடு, மலை, கடலோரம், ஆற்றோரம் முதலியன பொருந்தியன. காற்றும், ஒளியும், அமைதியும் குறைபடாத வேறிடங்களும் உரியனவாம். தியான முதிர்ச்சியில் இக்கட்டுப்பாடு வேண்டுவ தில்லை.

312. தியானம் எனில் எதைத் தியானிப்பது? தியானிக்க மனத்துக்கு ஏதாயினுங் குறி தேவை. குறியற்ற ஒன்றை மனம் தியானித்தல் அரிது. (மனத்தின் உருவ அருவ நிலைகளை மேலே காண்க.) மனங்கடந்த ஒரு நிலைக்குக் குறி வேண்டுவதில்லை. அந்நிலை கூடுதற்குத் தியானம் இன்றியமையாதது.

313. மனத்தால் இறைவனைத் தியானித்தல் வேண்டும் என்பது பொது வாக்கு. அது சிந்திக்கத்தக்கது. மனம் எல்லைக் குட்பட்ட ஒன்றைத் தியானிக்கவல்லது. இறையோ நாமரூப

மின்றி எல்லையற்ற அகண்டமாயிருப்பது. எல்லையற்று அகண்டமாயிருக்கும் ஒன்றை எல்லையுடைய மனம் எப்படித் தியானிக்கும்?

314. இறை உயிர் என்பதும், இயற்கை உடல் என்பதும் முன்னர் விளக்கப்பட்டன. இறை அகண்டமாய் மன உணர்வுக்கு எட்டாததாயிருத்தலான், அதனைத் தனியே மனத்தால் தியானித்தல் இயலாது. அவ்வியலாமையைப் போக்க இறையாகிய உயிர், இயற்கையை உடலாக்கொண்ட ஒரு நிலையைத் தியானிக்க முயல்வது முறைமை.

315. தியானத்துக்குத் துணைபுரிய இயற்கை அன்னை, பலப்பல கோலந்தாங்கி நிற்கிறாள்; ஞாயிறு, திங்கள், வான், மீன், மலை, காடு, அருவி, ஆறு, ஏரி, குளம், பயிர், வெளி, கடல், பலதிற உடலம் முதலியன அவள்தன் அழகுக் கோலங்கள்.

316. மலை தியானத்துக்கு மிகச் சிறந்த இடம். மலை மண்ணுக்கும் விண்ணுக்கும் இடையில் நிற்பது; கீழிருந்து மேல்நோக்குவது. கீழ்நோக்குத் துன்பத்தையும், மேல்நோக்கு இன்பத்தையும் வழங்குவது இயல்பு. துன்பம் அறிவுச் சுருக்கம். இன்பம் அறிவு விளக்கம். துன்பம் சூழும்போது மக்கள் கீழ்நோக்குவதும், ஒன்று விளங்காத போது அதை அறிவால் விளங்கிக்கொள்ள மேல்நோக்குவதும் இயற்கை. மேல் நோக்குடைய மலையை உன்ன உன்னத் துக்க நீக்கத்துக்குரிய தியானம் தானே கூடும் மலையே தியானம் மயமாக விளங்குவது. அது தன்னை அணைவோரையும் தியான மயமாக்கும். ஆதலால், மலை தியானத்துக்குச் சாலச்சிறந்ததாகிறது.

317. ஓய்ந்த நேரங்களில் தியானத்துக்கு மக்கள் மலைக்குச் செல்வது நலம் - (கடலடுத்த மலையை நாடுவது மிகச் சிறப்பு.) மலைமீது ஏறி நின்று, இயற்கை அன்னை வழங்குங் கோலங் களைக் கண்டு கண்டு, உன்னி உன்னி, அவைகளில் ஊன்றி ஊன்றி, ஒன்றப் பயிலல் வேண்டும். காலையில்

செங்கதிர் பரப்பி நீலக்கடலில் எழும் இளஞாயிற்றை நோக்குவோம்; உன்னுவோம்; அதில் இரண்டற மூழ்குவோம்; மூழ்கித் தெளிந்தெழுந்து அஞ்ஞாயிறு நினைவுடன் வெயிலை நிலவாக்குமாறு பரந்து விரிந்து நிற்கும் ஒரு பச்சை மரத்தடியில் சேர்வோம்; சேர்ந்து நானா பக்கங்களிலும் உலவி உலவி, உதிர்ந்த சனிகளை உண்டு, அருவி நர் அருந்தி, ஓரிடத்தில் அமர்வோம். இயற்கை அன்னை புலன்களுக்கு விருந்து அளிக்கிறாள். தென்றலின் வீச்சும், அருவியின் முழவும், மயிலின் ஆட்டமும், குயிலின் கூவலும், வண்டின் பாட்டும், மலரின் மணமும், மானின் துள்ளலும், பிறவும் புலன்களுக்கு விருந்தாகின்றன. அவ்விருந்து நெஞ்சை ஒருமையில் நிறுத்தும். அதனால் அமைதி கூடிக்கிடப்போம். பகல் கழிந்த பின்னை மரத்தடியினின்றும் வெளிப்போந்து, இயற்கை அன்னையின் பெருங்கோலத்தை நோக்குவோம். நானா பக்கங்களிலும் பசுமை உருகி உருகிப் பெருகிப் பெருகிப் பாய்ந்து ஓடி இழிதருங் காட்சி நம்மை வயப்படுத்தும். பசுமைக் கடலில் மூழ்குவோம். அப் பசுமைக் கடல், தன்னில் மூழ்கிய சிந்தையை நீலக் கடலில் புகுத்தும். அதன் கண் தோய்நது இன்புறும் வேளையில் தண்ணிலவு பொழிந்து வெண்டிங்கள் காட்சியளிக்க முந்துகிறது. பறவையொலி கேட்கிறது. கால்நடை களின் மணியோசை கேட்கிறது. அந்திவான் செம்மையில் ஞாயிறு பொலிகிறது. ஒருபால் திங்களும் மற்றொருபால் ஞாயிறும் நேர்பட வழங்குங் காட்சியைக் காணும் கண்ணன்றோ கண்? அக்காட்சியில் படியும் நெஞ்சமன்றோ நெஞ்சம்? வெண்ணிலவு பொழிந்த வண்ணமா யிருக்கிறது. விண் மீன்கள் ஒளிர்கின்றன. நீலவான் அமைதியில் நெஞ்சம் முட்டுகிறது. இவ்வாறு இயற்கை அன்னையின் பலதிறக் கோலங்களில் நெஞ்சம் பதியக் கீழிறங்குவோம். கடலுடுத்துப், பசுமை போர்த்து, வான்முடி யணிந்து, இருகதிர் விழித்து நோக்கும் இயற்கை அன்னையின் அழகு வடிவம் மனத்தில் நின்று நின்று அமைதியூட்டும். அவ்வழகு வடிவைத் தியானிப்போம்; தியானித்த வண்ணமிருப்போம்.

318. மலையினின்றுங் கீழிறங்கி வாழ்வில் தலைப்படும் வேளைகளிலும் இயற்கைத் தியானத்தை மறத்தலாகாது. இடையிடை மறுப்புநேரினும் நேரும். அம்மறப்புக்கு இரை யாகாதவாறு காப்புத் தேடுவது நல்லது. இதற்கு என் செய்வது? கருத்தில் நிலவும் இயற்கைக் கோலங்களைப் பாட்டாக எழுதவும் ஓவியமாக வரையவும் பயிலுதல் வேண்டும். இப்பயிற்சி இயற்கைத் தியானத்தை ஓம்பும். இயற்கைத் திருக்கோலங்களை முன்னோர்களும் காவியங்களிலும் ஓவியங்களிலும் இறக்கி வைத்துள்ளார்கள். அவைகளை ஆய்ந்து சிந்தித்து அவைகளில் ஈடுபட்டு ஒன்றுவதும் இயற்கைக் கோலங்களுடன் உறவு கொள்வதாகும். காவிய ஓவியங்கள் இயற்கையின் கூட்டுறவுக்குப் பாலம் போலத் துணை செய்வன. காவிய ஓவியங்களும் இயற்கை வழிபாட்டிற்கென ஏற்பட்டன என்று கூறல் மிகையாகாது.

319. காவிய ஓவியங்களை இயற்கைக் கோலத் தத்துவ நுட்பங்களின் அறிகுறிகள் என்னும் உணர்வுடன் கொள்ளுதல் வேண்டும். அவ்வாறின்றிக் காவியச் சொல்லையும், ஓவியப் பிண்டத்தையும் பொருளாக் கொள்வது தவறு. அது, விக்கிரக ஆராதனையாக முடியும்.

320. எங்கும் உள்ள இறையை ஒரு சிறிய செயற்கை உருவாக நினைந்து வழிபடுவது இறையை நிந்தனை செய்வதாகும். இவ்வழிபாடு அறிஞரால் மறுக்கப்பட்டிருக்கிறது. இம் மறுப்பின் நுட்பம் தேறாத சிலர் காவிய ஓவியங்களையே மறுக்கப் புகுகிறார். இதுவுந் தவறு.

321. இயற்கைத் தியானம் முதிர முதிர நெஞ்சில் இயற்கை இயல்கள் படிகின்றன. இயற்கை இயல்கள் பலப்பல. அவை களின் உயிர் நாடியா யிருப்பது தனக்கென வாழாமை. இச்சீரிய இயல்நெஞ்சில் படிவதற்கு இயற்கைத் தியானம் இன்றியமையாத தாகிறது.

322. இயற்கைத் தியானம் மக்களிடத்துள்ள தன்னலம் என்னும் விலங்கியல்பை வீழ்த்தித் தேய்த்துப் பரநலம் என்னும் தெய்வ இயல்பைப் பெய்து வளர்க்கும். இயற்கைத் தியானத்தின் முன்னர், நாடு, மொழி, நிறம், வகுப்பு, மதம் முதலியவற்றால் தோன்றும் பிரிவு உணர்வுகளும், அவ் வுணர்வுகளால் எழும் பொறாமை பிணக்கு முதலிய இழிவுகளும் பொன்றும். எவ்வுயிரையும் தன்னுயிர் போல் கருதும் அன்பு நிலையை இயற்கைத் தியானம் கூட்டும் என்று சுருங்கச் சொல்லலாம். இயற்கைத் தியானத்தில் அமர்ந்து பார்க்கப் பார்க்க அதன்பெற்றி நன்கு புலனாகும்.

323. இயற்கைத் தியானம் அலையும் மனத்தை அமைதியில் நிறுத்தும். அமைதி, வாழ்விற்கு வேண்டற்பாலது. அமைதி கருவி கரணங்களிலும் நாடி நரம்புகளிலும் புகுந்துள்ள வெம்மையைப் போக்கித் தண்மை வழங்கும் அமிழ்தம். வெம்மை, எரி பகை முதலிய தீமைகளை ஈனுவது. தண்மை அவைகளை நீக்கி அன்பு அருள் முதலிய நன்மைகளை நல்குவது. அன்பு அருள் முதலியன உடல் நலனுக்கும், உயிர் நலனுக்கும், பர நலனுக்கும் வேண்டுவன. இயற்கைத் தியானத்தால் அமைதியும் நல்லெண்ணமும் நல்லுடலும் பெறுதல் கைகண்ட பலன்.

324. இயற்கைத் தியானம் உலகில் பெருகப் பெருக மன்

பதையே தூய்மையுறும்; சகோதரநேயம் ஆக்கமுறும். பல்லோர் பலகால் முயன்றும் கைகூடாத சீர்திருத்தங்களையெல்லாம் இயற்கைத் தியானம் விரைவில் எளிதில் வாழ்வில் நிலைபெறச் செய்யும்.

325. உலகை ஒழுங்குபடுத்தக் கற்றைக் கற்றை நூல்களும், பெரும்பெரும் மகாநாடுகளும், நீண்ட நீண்ட தீர்மானங்களும், கிளர்ச்சிகளும், புரட்சிகளும் வேண்டுவதில்லை. இயற்கைத் தியானம் ஒன்று சாலும்.

326. இயற்கைத் தியானத்துடன் உயிர்த்தொண்டுஞ் செய்துவருதல் வேண்டும். இஃதும் இயற்கை வழிபாட்டின் பாலது.

327. நாளடைவில் இயற்கையின் பல கோலங்களைத் தியானிப்பதில் படிப்படியே சிற்சில மாறுதல் நிகழும். இதற்கு இயற்கை அன்னையே துணை செய்வாள். அத்துணையுடன் நமது சிறு முயற்சியும் கூடின் விரைவில் நலன் விளையும். இயற்கையின் பல கோலங்களைப் பற்றிய தியானம் நாளுக்கு நாள் படிப்படியாக மாறி மாறி, அது பெரிதும் ஞாயிற்றில் மட்டும் செல்வதாகும். இஃது இயற்கையின் போக்கு. நாமும் தொடக்கத்திலேயே ஞாயிற்றின்மீது சிறப்பாகக் கருத்துச் செலுத்துவோமானால் இயற்கையின் துணை எளிதில் கூடும்.

328. ஞாயிறு, சிந்தையில் நின்று நின்று, இயற்கையின் வேறு கூறுகளையெல்லாம் நாளடைவில் தன் மயமாக்கும். இந்நிலையில் எங்கும் பரவியுள்ள இயற்கை ஒலி (அருள் நாதம்) கேட்கும். அவ்வொலி ஒவ்வொருவர்க்கு ஒவ்வொரு விதங் கேட்கும். ஒலி கேட்கும் நிலைக்குமேல் இயற்கையின் காரியப் பாடுகளாக உள்ள பன்மைக் கோலங்கள், அவைகளின் காரண மாக உள்ள ஒருமை அழகொளியாகித் தோன்றித் தோன்றி மறைவுறும். அவ்வொளி பெருகிப் பெருகி நிலைபேறாக நிற்க நிற்க மன உணர்வு முறை முறையே மாயத் தொடங்கும்.

329. மன உணர்வு மாயும்போது, சில சமயங்களில் போராட்டம் சோதனை முதலியன நிகழும்; சித்தியும் கூடும். அவைகளுக்கு எளிமையாகாத உறுதி வேண்டும். அவ்வுறுதியில் குருநாதன் தோன்றித் துணை செய்வன்.

330. குருநாதன் தோன்றி உண்மை விளக்கியதும் மன உணர்வு முற்றும் மாயும்; அஞ்ஞான வேர் அறுந்துபடும்; நான் என்பது சாகும்; உள்ளொளி எழும்.

331. அரும்பு மலரானதும் மணம் எழுவதுபோல, மனம் ஒடுங்கியதும் உள்ளொளி எழும்.

332. உள்ளொளியும், புறத்தே தோன்றும் இயற்கை அழகொளியும் ஒன்றும்போது தனித்த இறையின் தொடர்பு விளங்கும். அதற்குமேல் நேர்வது சொல்லுக்கடங்காதது.

333. குருநாதன் துணையின்றி, இயற்கை அன்னையின் அருளால் மிகமிகச் சிலர்க்கே மன உணர்வு கடந்து உள்ளொளி எழும் நிலை நேரே கூடும். பெரும்பான்மையோர்க்கு அந்நிலை எளிதில் நேரே கூடுவதில்லை. அவர்க்குக் குருமாருள் எவரேனும் ஒருவர் துணை செய்வர்.

334. குருநாதன் துணை எளிதில் கிட்டாது. அத்துணைக்கு நிஷ்காமிய நெஞ்சம் தேவை. நிஷ்காமிய நெஞ்சை வழங்க வல்லது இயற்கைத் தியானம். இயற்கைத் தியானத்தால் நிஷ்காமியத்தில் பண்பட்ட நெஞ்சம் உண்டாகும். அதற்குமேல் குருநாதன் துணை கிடைக்கும்.

335. இயற்கைத் தியானத்தால் நெஞ்சைப் பண்படுத்தாது, குருநாதன் துணையை மட்டும் தேடித் திரிவது வீணேயாகும். இவ்வாறு திரிவோர்க்கு மோசக்காரர் துணை கிடைக்கும். அத்துணையால் வாழ்க்கையே கெடும்.

336. இயற்கையிலுள்ள சக்திகள் பல. அவைகளுள் ஒன்று அருட் சக்தி. அச்சக்தி நிலவாத இடம் இல்லை. அது, நிஷ்காமிய நெஞ்சில் நுழையத் துடி துடித்துக் கொண்டிருக்கும். இயற்கைத் தியானத்தால் நெஞ்சம் நிஷ்காமியம் பெறுந்தறுவாயில், அச்சக்தி நெஞ்சில் நுழையும்; நுழைந்து குருநாதன் வருகைக்கு வழிகோலும்.

337. குருநாதன் அருள் கூடாதபோது மனமே குருவாகி வழிகாட்டி மறையும் நிலையும் உண்டு.

338. சிற்சில காரணம்பற்றி இயற்கைத் தியானத்தில் ஈடுபடும் வாய்ப்புக் கூடப்பெறாதார், குருமாரில் தமது கருத்துக்கு இனிய ஒருவரைத் தியானிக்கலாம். அத்தியானமும் இயற்கை ஒலியையும், ஒலிவழி ஒளியையும் வழங்கிப் பிற நிலைகளையும் கூட்டும்.

339. இயற்கை வாயிலாகவும், குரு வாயிலாகவும் உயிர்களின் தியானத்தை ஏற்கும் இறை ஒன்றே.

340. இயற்கைத் தியானத்தின் முதிர்ச்சியால் குரு தரிசனம் பெற்று மேல் நிலையடைவது பெரும்பான்மை. குருதரிசன மின்றி அந்நிலை அடைவது சிறுபான்மை.

341. மன உணர்வு உள்ளவரை இறைவனை இயற்கை வாயிலாகவோ அதன் கூறாகிய குரு வாயிலாகவோ தியானிப்பது சிறப்பு. மன உணர்வு கடந்தபின்னை இறையுடன் தனித்த தொடர்பு கொள்ளும் ஒரு பெரும் நிலை படிப்படியே கூடும்.

342. மன உணர்வு கடந்ததும் கூடுவது அமல யோகம். அது குருவருளால் கூடுவது.

343. யோகம் உருவமுள்ளவரை செல்லும். கடைசி நுண்ணுருவம் நாதம். நாதம் வரை யோகம் நிகழும். நாதத்துக்கு மேற்பட்டது உருவமற்ற நிலை. அது யோகங்கடந்த பெருநிலை. அங்கே சொல் ஏது? பொருள் ஏது? பேசா அநுபூதி.

344. குருவருள் பெற்ற பின்னை உள்ளொளி என்னும் ஆன்மசக்தி அடைந்தோர்க்கு இயற்கைக் கூறுகளெல்லாம் ஏவல் செய்யும். அதுகொண்டு அற்புதச் சித்துகட்கு இரையாதல் கூடாது.

345. அற்புதத்தால் மட்டும் ஒருவரைப் பெரியவரென்று எண்ணுதல் தவறு.

346. அவசியம் நேரும்போது ஒரோவழி ஒவ்வோரிடத்தில் சில பெரியோர் அற்புதஞ் செய்யும் வாய்ப்பு நேரும். அற்புதமே பெரியோர்க்குரிய பணியன்று.

347. மன உணர்வினர்க்கு மிக அரியனவாகத் தோன்றுவன வெல்லாம், உள்ளொளியினர்க்கு மிக எளியனவாகத்

தோன்றும். இவர்கள் நிகழ்த்துஞ் சில செயல்கள் மன உணர்வினர்க்குச் செயற்கருஞ் செயல்களாக அதாவது அற்புதங்களாகத் தோன்றும்.

348. உள்ளொளியும் புறவொளியும் ஒன்றித் தனித்த இறையின் தொடர்பை விளக்கி, அதற்கு மேலும் விளங்கும் அநுபூதி நிலையை மன உணர்வினர் ஆராய்ந்து ஆராய்ந்து மண்டையை உடைத்துக்கொள்ள வேண்டுவதில்லை. அரிய காலத்தை அவர்கள் அவ்வழியில் போக்குவது வீண்; அவ்வநுபூதி நிலையை எளிதில் கூட்டவல்ல இயற்கைவழி நிற்க முயல்வது அறிவுடைமை.

349. அநுபூதிமான்கள் வேற்றுமை யுணர்வற்றவர்; உலக சகோதர நேயமுடையவர்.

350. அநுபூதி எது? நரகம் ஓரிடம் - சுவர்க்கம் ஓரிடம் என்னும் உணர்வற்ற ஒரு நிலை. இந்நிலையை மறைத்திருப்பது அஞ்ஞானம். அதனின்றும் விடுதலையடைவது அநுபூதி; வீடுபேறு. இதற்குரியது இயற்கை நெறி.

351. இதுகாறுங் கூறியவாற்றான் சத்தினை உணர்ந்து அடைதற்குரிய மார்க்கமாக நின்று துணைசெய்வது இயற்கை என்பது அறியற்பாலது.

352. இயற்கையே மார்க்கம்; சத்துக்குரிய மார்க்கம்.

353. மார்க்கத்தை விடுத்துச் சத்தைமட்டும் பற்ற முயல்வது வெறும் பாழைப் பற்றுவதாகும்.

354. இயற்கை நெறியே சாலச் சிறந்தது; எளியது; பொருந்தியது. இயற்கைநெறி நின்று உலகம் இன்புறுவதாக.

4. குருமார்

1. குருமார் சத்தெனும் இறையும் அல்லர்; மக்களும் அல்லர்.

2. இறை, வடிவம் இல்லாதது; குருமார் வடிவம் உடையவர். இறைக்கு அவதாரம் இல்லை; குருமார்க்கு அவதாரம் உண்டு.

3. குருமார்க்கு வழங்கப்படும் பெயர்கள் சில, சில இடங்களில் இறைக்கும் வழங்கப்படுகின்றன. அப்பெயர்களைக் கொண்டு கடவுள் அவதாரக் கதைகள் புனையப்பட்டன. நாமரூப மில்லாத பரம்பொருளை எப்பெயரிட்டு அழைத்தா லென்ன? தோற்றக்கேடு இல்லாதது அதன் தன்மை என்பதை மட்டும் மறத்தலாகாது.

4. உலகில் கடவுளைக் கண்ட கதைகள் பல சொல்லப்படு கின்றன. அவைகள் யாவும் குருதரிசனக் கதைகளேயாகும். பரம்பொருள், தனியே ஒரு மாயா உருவந் தாங்கி வருவதன்று; அது நாம ரூபமின்றி, போக்கு வரவின்றி, அசைவின்றி, எங்கும் நீக்கமற நிறைந்து நிற்பது; அஃது இயற்கையை உடலாக் கொண்டு, குருமார் நெஞ்சத்தாமரையில் ஒளிர்ந்து, மேலுங் கடந்து நிற்பது. அது மனஉணர்வு கடந்த நிலையில் அநுபவ மாத்திரையாய் விளங்குவது.

5. குருமாரும் பிறக்கிறார்; மக்களும் பிறக்கிறார்கள். ஆனால் அவர் பிறப்புக்கும் இவர்கள் பிறப்புக்கும் வேற்றுமை உண்டு. குருமார் அவசியம் நேரும்போது பிறப்பவர்; மக்கள் பிறப்பு அத்தகையதன்று. குருமார் ஞான உணர்வுடன் பிறப்பர்; மக்கள் அஞ்ஞானத் தொடக்குடன் பிறப்பார்கள். குருமார் உலக நலங்கருதிப் பிறப்பர்; மக்கள் அவ்வுணர்வுடன் பிறப்பவர் களல்ல. குருமார் வழிகாட்டிகள்; மக்கள், அக்குருமார் வழிபற்றி நடப்பவர்கள். குருமார் எல்லாஞ்

செய்ய வல்லவர்; மக்கள் எல்லாஞ் செய்யவல்லவர்களல்ல. இன்னோரன்ன வேற்றுமைகள் பல உண்டு.

6. குருமார் வரலாற்றை ஆராய்ந்து கொண்டிருத்தல் அநாவசியம். அவரைக் காண நேரும்போது அவர்தம் வரலாறு விளங்கும்.

7. கடவுளுக்கும் மக்களுக்கும் இடையில் குருமார் இருத்தல் உண்மை.

8. குருமார் நிலை, புலனறிவு ஆராய்ச்சிக்கு எட்டாதது. அவர்நிலை, தியான முதிர்ச்சியில் மலரும் மாசற்ற மெய்யுணர்வில் விளங்குவது.

9. உணர்வு இருவகைத்து. ஒன்று பொய்யுணர்வு; மற்றொன்று மெய்யுணர்வு.

10. பொய்யுணர்வு நிலையுதலில்லாதது; மாறுவது. மெய்யுணர்வு நிலையுதலுடையது; மாறுதலில்லாதது.

11. மக்கள் மெய்யுணர்வு பெறும்வரை பொய்யுணர்வு கொண்டு ஆராய்ச்சியில் தலைப்படுகிறார்கள். அவ்வாராய்ச்சி யால் நிலைத்த முடிவுகள் ஏற்படுவதில்லை. அவரவர் கல்வி அறிவு அநுபவத்துக்கேற்ற அளவில் ஆராய்ச்சி முடிவுகள் தோன்றும். ஒருவனே ஒருபோது கண்ட முடிவை மற்றொரு போது மாறுபட உணர்ந்து, அதைமறுத்து வேறொரு முடிவு பெறுகிறான். ஆகவே, மெய்யுணர்வு பெறும்வரை நிலைத்த முடிவு புலப்படுதல் அரிது.

12. பொய்யுணர்வு, புலனறிவினின்றும் பிறப்பது. புலனறிவுக்கு எட்டாத நுட்பங்கள் பலவுள்ளன. அவைகள் புலனறிவு ஆராய்ச்சிக்கு எட்டாதன. அவைகளைப் புலனறிவால் ஆராய்ந்து ஏமாறுவது அறிவுடைமை யாகாது.

13. குருமாரின் அருள் மொழிகளிலும், அவரைக் கண்ட ஞானிகளின் உரைகளிலும் உறுதியும் அன்புங் கொண்டு ஒழுகி, உண்மைகாண முயல்வது அறிவுடைமை.

14. குருமார் நுண்ணுடல் உடையவர். அவ்வுடல் மன உணர்வுடன் வாழும் மக்கட்குப் புலனாகாது. இயற்கைத் தியானத்தில் முதிர்ச்சிபெற்ற மக்கட்கு அப்பொன்னுடல் புல னாகும். குருமாரைப்பற்றி முன்னருஞ் சொல்லப்பட்ட உரைகளை நோக்குக.

15. குருமாரெல்லோரும் ஒரே திருக்கூட்டத்தைச் சேர்ந்தவர். அவர்க்குள் உயர்வு தாழ்வு கற்பித்தல் கூடாது. குருமாரில் உயர்வு தாழ்வு கற்பிப்போருக்கு உண்மை ஞானம் விளங்காது.

16. குருமார் வடிவில் வெவ்வேறு பட்டவர்போல் காணப் படுவர். உணர்வில் அவரெல்லாரும் ஒருமைப்பாடுடையவர். மன உணர்வு கடந்த நிலையில் அவ்வொருமைப்பாடு நன்கு விளங்கும்.

17. குருமார் அனைவரும் நுண்ணிய பொன்னுட லுடையவர். அவர் அந்நிலையில் நின்றே உலகுக்கு நலஞ் செய்து வருகிறார். சிலர் அவசியம் நேரும்போது பருவுடல் தாங்கியும் நலஞ் செய்வர். அப்பொழுதும் அவர்பால் நுண்ணுடல் உணர்வே நிலைத்து நிற்கும்.

18. நுண்ணுடல் நிலையில் குருமார் பெரிதும் மோனத்தால் உண்மையைக் குறிப்பாக உணர்த்துவர். அம்மோனம் இயற்கைத் தியானத்தால் முதிர்ச்சி பெற்றவர்க்குக் காட்சியாகும். அக்காட்சி கண்ட ஞானிகள் அதை உலகுக்கு வெளியிட்டுள்ளார்கள். (குருமார் தொடுதல், மொழிதல் முதலிய வழிகளாலும் உண்மை உணர்த்துவது உண்டு.)

19. பருவுடல் தாங்குங் குருமார் போதனையினாலும் சாதனையினாலும் அவ்வப்போதைய உலகம் விரும்பும் முறையில் சன்மார்க்கத்தை விளக்கிச் செல்வர். அப்போதனை களை அவராகக் கொள்ளுதல் ஒழுங்கு.

20. குருமார் நுண்ணுடல் நிலையில் குறிக்கும் மோனம், மனங்கடந்த ஞானிகட்குக் காட்சியாவதால், அதன்கண் வேற்றுமை தோன்றுவதில்லை. பருவுடல் தாங்கிய நிலையில் குருமார் அருளும் போதனைகளில் வேற்றுமை தோன்றுவதைப் பற்றி உலகம் மலைவதுண்டு.

21. குருமார் போதனைகள், கால தேச வர்த்தமான நிலைமைகட்கேற்ற முறையில் வெளிவருதலால், அவைகளின் தோற்றத்தில் வேற்றுமை காணப்பெறுதல் இயல்பே.

22. மக்கள் பிறப்பு வகையில் ஒருமைப்பட்டவர்களா யிருந்தாலும் அவர்கள் சிறப்புவகையில் ஒருமைப்பட்டவர்களா யில்லை. மக்கள் மனோநிலை, வழக்க ஒழுக்கம், உடை, உணவு முதலியவற்றில் வேற்றுமைப்பட்டிருத்தல் கண்கூடு. இப் பலபட்ட மக்கட்குப் பலபட்ட போதனைகள் தேவை. பலப் பட்ட போதனைகளில் அவரவர் தம்தம் இயல்புக்கேற்ற ஒன்றைக் கொண்டொழுகுதல் நலம்; பிறவற்றை நிந்தித்தல் கூடாது.

23. குருமாரின் போதனைகள் தொடக்கத்தில் வேற்றுமை போலத் தோன்றும். முடிவில் அவ்வேற்றுமை உணர்வு இடம் பெறாதொழியும்.

24. வேற்றுமை, புறத்தின்பாற் பட்டதென்பதும், அகத்தின் பாற் பட்டதன்று என்பதுங் கருதத்தக்கன.

25. குருமார், சன்மார்க்கத்தையே கால தேசவர்த்தமானத் துக்கேற்ற முறையில் விளக்கிப் போதித்துச் செல்வது வழக்கம், அப்போதனைகளில் சன்மார்க்க உயிர் நாடி ஓடிக் கொண்டே யிருக்கும்.

26. பொன்னால் பணிகள் செய்யப்படுகின்றன. அப்பணிகள் கால நிலைக்கேற்ற வண்ணம் செய்யப்படுவது வழக்கம். அவை களின் தோற்றத்தில் எத்துணை மாறுத லிருப்பினும், அவைகள் யாவும் பொன்னால் செய்யப்பட்டவை என்பது

உண்மை. புறம், வேற்றுமை யுணர்வை நல்கினும், அகம் அவ் வுணர்வை அகற்றும். புறவேற்றுமை உணர்வு நீண்டநேரம் நிலைத்திருப்ப தில்லை. பொன் போன்றது சன்மார்க்கம்; பணிகள் போன்றவை போதனைகள். சன்மார்க்கமே காலத்துக்கேற்ற முறையில் குருமாரால் போதிக்கப்படுவது. புறத்தோற்றம், வேற்றுமையுறச் செய்வதற்குக் காரணம், அவ்வப்போது மக்கள் மனோ நிலையில் உறும் மாறுதலே யாகும்.

27. பலதிற மனோநிலையுடைய மக்களுக்குப் பயன்படு முறையில் குருமாரின் போதனைகள் அவ்வப்போது வெளி வருவதற்குக் காரணம், அவர் பலதிறப்பட்ட மக்கள்மீதுங் கொண்ட கருணையேயாகும்.

28. ஒருவன் ஒரு குருவின் போதனையில் விருப்பங் கொண்டு, மற்ற குருமார் போதனைகளை நிந்திப்பது, அவன் தன் குருவின் போதனையையே நிந்திப்பதாக முடியும். நிந்தனை யுள்ள இடத்தில் குருதரிசனமே அரிதாகும்.

29. சோலை இன்பம் நுகர, ஒரு சோலையில் நுழைந்து தனக்கினியதென்று தோன்றும் ஒரு மரத்தடியில் அமர்ந்த ஒருவன், தான் அமர்ந்த மரத்தின்மீது கொண்ட விருப்பத்தால், மற்ற மரங்களை வெறுத்து அவைகளை அழிக்கப் புகுவா னாயின், அவன் சோலை இன்பத்தை எங்ஙனம் நுகர்தல் கூடும்? பிற குருமார் போதனைகளை நிந்திப்பவன் கதையும் இத் தன்மைத்தே.

30. ஒரு குருவின் போதனைவழி ஒருவன் நின்று ஒழுகுவா னாயின், அவன் முடிவில் எல்லாக் குருமார் போதனைகளும் தன் குருபோதனையாகவே தோன்றக் காண்பன். ஆகவே, குருமார் போதனைகளெல்லாம் சன்மார்க்கம் என்று கொண்டு, எக் குருவின் போதனையையும் நிந்தியாது, அவரவர் தத்தம் மனத்துக்கியைந்த குருபோதனை வழி நின்றொழுகுவது அறிவுடைமை.

31. குருமார் வழிபாடு மேலே சொல்லப்பட்டது. குருமாரின் போதனைவழி நின்று அவரை வழிபடுதல் வேண்டும். அவர் போதனைவழி நில்லாது அவரைப்போல ஓர் உருவைச் செய்து, அவ்வுருவைமட்டும் வழிபடுவதால் உண்மை விளங்காது. குருமார், போதனைகளாகவே விளங்குகிறார். போதனைகளின் தத்துவ உணர்வற்ற வழிபாடு வெறும் விக்கிரக ஆராதனையாக முடியும்.

32. குருமாரின் வாய்மொழிகள் தெய்வத் திருவருள் மொழிகளாகும். அவ்வருள் மொழிகளிற் சில வேதமாகவும் சில ஆகமமாகவும் நிலவும்.

33. வேதமும் ஆகமமும் முறையே மந்திரம் தந்திரம் என்று சொல்லப்படும். மந்திரம் என்பது நுண்மை; தந்திரம் என்பது பருமை. மந்திரம் எண்ணம்; தந்திரம் செயல். வேதம் விதை போன்றது; ஆகமம் மரம் போன்றது.

34. வேதம் குருமார்வழிப் பிறக்கும்; ஆகமமும் சில சமயங்களில் அவர்தம் வழிப் பிறக்கும்.

35. வேதாகமங்கள் குறிப்பிட்ட மொழியில் பிறக்கும் நூல்களல்ல. வேதாகமங்கள் பல மொழிகளில் பல இடங்களில் பிறந்திருக்கின்றன. அவைகள் யாவும் சன்மார்க்கத்தையே அறிவுறுத்துவன. வேதம் ஆகமம் என்பவற்றிற்கு அவ்வம் மொழியில் தனித்தனிப் பெயர்கள் வழங்கப்படுகின்றன.

36. வேதாகமம் ஒலி வடிவாயிருப்பது. அது குருமார் வழிப் பலதிற மொழிகளில் இறங்குவது.

37. குருமார் பெயரால் பிரதிநிதிக் கூட்டமென்றும், சம்பிரதாயங்களென்றும், அவைகட்கெனக் கோயில்க ளென்றும், மடங்களென்றும், இன்ன பிறவென்றும் பல கட்டுப்பாடுகள் ஆங்காங்கே ஏற்பட்டிருக்கின்றன. அவைகள் பொய்ம்மையின் பரிணாமங்கள். குருமாருக்குப் பிரதிநிதிக் கூட்டங்களோ, சம்பிரதாயங்களோ, அவைகட்கெனக்

கோயில்களோ, மடங்களோ, பிறவோ வேண்டுவதில்லை. குருமார் பக்குவர்க்குக் காட்சியளித்து, அவர்க்கு உண்மை ஞானோபதேசஞ் செய்யக் காத்துக்கொண் டிருக்கிறார். அவர்க்கிடையில் மற்ற அஞ்ஞானத் தலை எடுப்புகள் எற்றுக்கு?

38. கோயில் மடம் முதலியன தொடக்கத்தில் ஓவிய காவிய தத்துவ நிலையங்களாகவும், குருமாரின் தெய்வ மொழிகளைப் பயிலும் நிலையங்களாகவுங் காணப்பட்டன. நாளடைவில் பிரதிநிதிகள் என்ற பெயரால் புரோகிதர்கள் அவைகளில் நுழைந்து, அவைகளைத் தங்கட்குரிய வியாபாரக் கடைகளாக மாற்றிக் கொண்டார்கள்.

39. புரோகிதர்கட்குக் காசு கொடுத்து உபதேசம் பெறுவ தால் தெய்வநிலை கூடுமென்று கருதுவது அறியாமை.

40. புரோகிதர் உபதேசம் குருடருக்குக் குருடர் வழிகாட்டு வதைப் போன்றது.

41. குருமார் கருணை, ஞாயிற்றொளி போலப் பொழிந்த வண்ணமிருக்கிறது. அதற்குக் காசோ கட்டுப்பாடோ வேண்டுவ தில்லை. அக்கருணை ஒளிபட வாழ வேண்டுவது மக்கள் கடமை.

42. குருவுக்குப் பல மொழியில் பல பெயர்கள் வழங்கப் படுகின்றன.

5. சீர்திருத்தம்

1. உயிர்களின் அறியாமையைப் போக்கி, அவைகளை அறிவு மயமாக்க வேண்டுமென்பது இயற்கை அன்னையின் வேட்கை.

2. இயற்கை அன்னை, தன் வேட்கையை நிறைவேற்ற உயிர்கட்குத் தனு கரண புவன போகங்களாகவும், பிற கூறு களாகவும் நின்று துணைசெய்கிறாள்.

3. இயற்கை அன்னையின் துணை படிப்படியாக உயிர்களின் அறியாமையைப் போக்கி, அறிவை விளங்கச் செய்வதாகிறது.

4. உயிர்கள், தாவர முதல், விலங்கு உடல் தாங்கும் வரை, பகுத்தறிவு விளங்கப் பெறுவதில்லை.

5. உயிர்கள், விலங்கு உடலைக் கடந்து, மக்கள் உடலைத் தாங்கியதும் பகுத்தறிவு அரும்பப் பெறுகின்றன.

6. பகுத்தறிவைப் பெற்ற மக்கள் அறிவுமயம் என்னும் முழுநிலை எய்த முயலுதல்வேண்டும்.

7. விலங்கு முதலிய உயிர்களிடம் பகுத்தறிவு விளங்கப் பெறாமையால், அவைகளிடஞ் சில குறைபாடுகள் பொருந்து கின்றன. ஆனால் அவைகள் பெரிதும் இயற்கை முறைகட்கு மாறுபட்டு நடப்பதில்லை. இஃது இங்கே சிறப்பாகக் கருதற்பாலது.

8. விலங்கு முதலியவற்றின் மாட்டுள்ள குறைபாடுகளைப் போக்க, இயற்கை அன்னை, பகுத்தறிவு விளங்குதற்குரிய நல்லுடலை அவைகட்குக் கருணை செய்கிறாள்.

9. பகுத்தறிவு பெற்ற மக்கட்பிறவி, விலங்குக்கும் தெய்விகத்துக்கும் இடைப்பட்டது.

10. மக்களிடத்தில் பொதுவாக விலங்கியல்பும், தெய்விக இயல்பும் விரவியிருத்தல் கண்கூடு.

11. அழுக்காறு, அவா, வெகுளி, பகை, வன்மம், கொலை, தன்னலம் முதலியன விலங்கியல்புகள். பொறுமை, அன்பு, மன்னிப்பு, ஒப்புரவு, தியாகம், பரநலம் முதலியன தெய்வ இயல்புகள்.

12. மக்கள் விலங்கியல்பினின்றும் முற்றும் விடுதலை யடைந்து, தெய்வ இயல்பை முற்றும் பெறுதற் பொருட்டு, அவர்கட்கு இயற்கை அன்னை பகுத்தறிவை விளங்கச் செய்கிறாள்.

13. தெய்வ இயல்புகள் முற்றும் விளங்கப் பெறுவதே அறிவு மயம் என்னும் முழுநிலை எய்துவதாகும்.

14. முழுநிலை எப்படிக் கூடும்? மக்கள், தாங்கள் பகுத்தறிவு பெறுதற்குத் துணை நின்ற இயற்கை வழியே வாழ்வு நடத்தி னால் முழுநிலை தானே கூடும்.

15. மக்கள், பொதுவாகத் தங்கள் பகுத்தறிவை இயற்கை வழியிற் செலுத்துகிறார்களா? தங்கள் பகுத்தறிவு விளங்கப் பெறுதற்குத் துணை நின்றும், மேலும் முழுநிலை பெறுதற்குத் துணைசெய்ய முனைந்தும் நிற்கும் இயற்கைத் தாயைப் பாவிகள் மறக்கிறார்கள். இது மக்கள்பாலுள்ள குறைபாடு.

16. மக்கள் தாயை மறந்தாலும், தாய் மக்களை மறப்ப தில்லை. மக்கள் தங்கள் பகுத்தறிவை இயற்கைவழிச் செலுத் தாமையால், அவர்கள் வாழ்விடை மாசுகள் படிகின்றன. அம் மாசுகளைப் போக்கி மக்கள் வாழ்வைச் சீர்செய்ய இயற்கைத் தாய் அருள் சுரக்கிறாள். அவ்வருட்சுரப்பின் ஆக்கமே சீர்திருத்தம் என்பது.

17. சீர்திருத்தம் இயற்கைவழி எழுந்து அமைவதா யிருத்தல்வேண்டும். வேறு வழியில் எழுந்து அமைவது சீர்திருத்த மாகாது. அதனைச் சொன்முறையில் செயற்கைச் சீர்திருத்த மென்று கூறலாம். ஆகவே, சீர்திருத்தம் என்பது இயற்கைவழிப் பிறப்பதையே குறிப்பதென்க.

18. இயற்கைச் சீர்திருத்தம் தெய்வ இயல்பினின்றும் எழுவது. செயற்கைச் சீர்திருத்தம் விலங்கியல்பினின்றும் எழுவது

19. தெய்வ இயில்பினின்றும் எழுவது ஜீவகாருண்யத்தை அடிப்படையாகக் கொண்டியங்கும். விலங்கியல்பினின்றும் எழுவது ஜீவபோதத்தை அடிப்படையாகக் கொண்டியங்கும்.

20. இயற்கைச் சீர்திருத்தத்தால் சகோதர நேயம் பெருகும். மற்றதால் சகோதர நேயம் அருகும். இவ்விரு நிகழ்ச்சி கொண்டு, இயற்கைச் சீர்திருத்தம் எது என்பதை அளந்து அறிதல் கூடும்.

21. சீர்திருத்தங்களிற் சில மக்களிடைத் தாமே படியும்; சில அறிஞரால் அறிவுறுத்தப்பெற்ற பின்னை மன்பதையில் நிலவும்; சில குருமார் வாயிலாக வெளிவந்து உலகுக்கு நலம் புரியும். இவை யாவும் இயற்கையின்பாற்பட்டனவே.

22. எச்சீர்திருத்தத்திற்கும் இடந்தாராத சமூகம், நாடு முதலியன இயற்கை அன்னையின் மறக்கருணைக்கு ஆளாகி அழிந்துபடும்.

23. இயற்கை அன்னையின் இயல்பு கருணை. அக்கருணை பெரிதும் அறவழியில் இயங்குவது. சில சமயங்களில் அது மறவழியில் இயங்குவதும் உண்டு.

24. இயற்கை அன்னையின் அறக் கருணையினின்றும் பிறப்பன: ஒளி, நறுங்காற்று, நீர், நேயம், ஒப்புரவு முதலியன. அவள் மறக் கருணையினின்றும் பிறப்பன: பூகம்பம், புயல், கொள்ளைநோய், சீற்றம், போர் முதலியன. முன்னையது நிலை பேறாக நின்று நலஞ்செய்வது; பின்னையது அவ்வப்

போது தோன்றி அறிவு கொளுத்துவது. இரண்டுங் கருணை யின் பாற் பட்டனவே.

25. நியதிவழி உயிர்கள் இயங்குங்கால், இயற்கை அன்னையின் அறக்கருணை அவ்வுயிர்களை ஓம்பி அவைகள் மேல்நிலை எய்துதற்குத் துணை செய்யும். உயிர்கள் நியதிவழி நில்லாது வழூக்கி விழுங்கால், இயற்கை அன்னையின் மறக் கருணை அவ்வுயிர்களை மீண்டும் நியதியில் நிறுத்த எழும்

26. மக்கள் பொதுவாக இயற்கைவழி நின்று மேல் நிலை எய்தல் வேண்டும் என்னும் நல்லியல்பு உடையவர்கள். அந் நல்லியல்புகளுக்குச் சிற்சில சமயங்களில் கேடு நேர்கிறது.

27. மக்களிடம் தெய்வ உணர்வும். விலங்கு உணர்வுமாக இரண்டும் கலந்திருத்தலான், அவ்வவ்வுணர்வினின்றும் கலைகள் பிறக்கின்றன.

28. தெய்வக் கலைகளால் உண்மைக் கல்வி பெருகும். மற்றக் கலைகளால் போலிக்கல்வி பெருகும்.

29. உண்மைக் கல்வி வளர வளரத் தன்னலம் அருகும்; சகோதர நேயம் பெருகும். போலிக் கல்வி வளர வளரத் தன்னலம் தடிக்கும்; சகோதர நேயம் கெடும்.

30. தன்னலம் அற அற இயற்கைச் சீர்திருத்தம் இடம் பெறும்; தன்னலம் மிகமிக அச்சீர்திருத்தம் இடம்பெறாது.

31. இயற்கைச் சீர்திருத்தம் இடம் பெறாத வாழ்வு சிறைநீர் போன்றதாகும்.

32. உண்மைக் கல்விக்கு அழகு மற்றவர்களுக்கு ஊழியஞ் செய்வது. இக்கல்வியாளர் தம்மை மற்றவர்க்கு ஊழியரென்றே கருதித் தொண்டு செய்வர். போலிக் கல்வி. பேர் புகழ் தலைமை சூழ்ச்சி கரவு முதலிய தீமைகளை நாடத்தூண்டும். இக் கல்வியாளர் மற்றவர்க்குத் தம்மை ஊழியரென்று கருதாது, தங்கருத்து முற்றுற, நடிப்புத்

தொண்டாற்றுவர். இவர்க்கு உலகம் எச்சரிக்கையா யிருத்தல் வேண்டும்.

33. போலிக் கல்வியாளர் தந்நல மேலீட்டான் சமூகத்திலும், சமயத்திலும், அரசியலிலும் பிற துறைகளிலும் தாம் விரும்பு மாறு பலப்பல கட்டுப்பாடுகளைக் கிளத்துகிறார். அக்கட்டுப் பாடுகளால் மக்களின் நல்லியல்பு கெடுகிறது.

34. உலகில் எழும் வறுமை, போர், கொலைப் புரட்சி முதலிய கொடுமைகட்குக் காரணமாக நிற்பது போலிக் கல்வியாளரின் புன்மைச் செயலேயாகும்.

35. உண்மைக் கல்வியாளர், வறுமை, போர், கொலைப் புரட்சி முதலியவற்றைப் பெரிதும், உண்டுபண்ணாமலே உலகுக்கு நலஞ் செய்வர்.

36. கொலை கொலையைப் பெருக்குமென்பதும், அன்பு அன்பைப் பெருக்குமென்பதும் உண்மைக் கல்வியாளர்க்குத் தெரியும். அதனால் அவர் கொலைப்புரட்சி முதலிய துறைகளில் தலைப்படாது, இயற்கைவழி நின்று அன்புத் தொண்டாற்றுவர்.

37. இவ்விருபதாம் நூற்றாண்டில் கல்வி பெருகுகிற தென்றும், புதுமை (invention) பெருகுகிறதென்றும் சொல்லப் படுகின்றன. இப்பெருக்கைக் கண்டு மகிழ்வுறுவது அறி வுடைமையாகாது. உலகில் மக்கள் அச்சமின்றி, குறையின்றி, வறுமையின்றி, உரிமையுடனும், அமைதியுடனும், சகோதர நேய உணர்வுடனும் வாழ்கிறார்களா என்பது கவனிக்கப்படல் வேண்டும்.

38. கல்வியும் புதுமையும் நேரிய முறையில் பெறுகின், மன்பதை, அச்சம் குறை வறுமை முதலிய சிறுமைகளின்றி, உரிமையுடனும், அமைதியுடனும், சகோதர நேய உணர்வுடனும் நல்வாழ்வு பெற்று , இயற்கை இன்பம் நுகரும்.

39. இக்கால உலகம் எக்காட்சி வழங்குகிறது? இக்கால உலகில் அச்சமும் குறைபாடும் வறுமையும் இன்ன பிறவும் தாண்டவமிடுவதும், உரிமையும் அமைதியும் சகோதர நேயமும் இன்ன பிறவும் ஒடுக்கமுறுவதுங் கண்கூடு, இந்நிலையைக் கூட்டியுள்ள கல்விப் பெருக்கும், புதுமைப் பெருக்கும் எங்ஙனம் நல்லனவாகும்?

40. இலட்சத்தொருவர் வயிறார உண்டு, கள்ளாட்டயர் வதைக் கண்டு, உலகம் நன்னிலையிலிருக்கிறது என்று கருதுவது மடமை. உலகம் என்பது சிலரன்று.

41. வாழ்விற்குக் கல்விச் செல்வம் பொருட் செல்வமுந் தேவை.

42. பொருட் செல்வம் ஒருபால் திரண்டும், மற்றொரு பால் வறண்டும் பயன்படுமாயின், உலகில் இடர் விளைந்த வண்ண மிருக்கும். பொருட் செல்வ இன்பம் எல்லாரும் நுகர்வதா யிருத்தல் வேண்டும்.

43. ஏழைக் கூட்டம் பெருகுதலாகாது. அக்கூட்டம் பெருகாமைக்கு ஏழ்மை ஒழிதல் வேண்டும். ஏழ்மையைப் போக்க வல்லது பொருட் பொதுமையே யாகும்.

44. இயற்கை, ஒளி காற்று நீர் முதலியவற்றை எல்லார்க்கும் பயன்படு முறையில் வழங்குகிறது. அவ்வியற்கையின் அருளால் விளையும் பொருளும் எல்லார்க்கும் பயன்படுதல் வேண்டும். இஃதே அறம். இவ்வற வாழ்வு சன்மார்க்கத்துக்கு வேண்டற் பாலது.

45. செல்வத்தில் கள்ளாட்டயர்தலும், வறுமையில் சிறுமை யுறுதலும் சத்திய வாழ்வுக்கு இடந்தருதல் அரிது. சத்தியம் இல்லாத இடத்தில் சன்மார்க்கம் ஆக்கமுறாது. சத்தியம் சன்மார்க்கத்தின் அடிப்படை.

46. சன்மார்க்க ஆக்கத்துக்குச் செல்வம் ஒருபால் திரண்டும், மற்றொருபால் வறண்டும் பயன்படும் முறை ஒழிதல் நல்லது.

47. உலகில் இன்பதுன்பம் பெருகுதற்குப் பலதிறக் காரணங்கள் சொல்லப்படுகின்றன. அவைகளுள் தலையாயது ஆட்சிமுறை என்று கூறலாம்.

48. அரசு எவ்வழி அவ்வழி குடிகள். அரசு சன்மார்க்கத்தில் இயங்கின, குடிகளும் சன்மார்க்கர்களாக வாழ்ந்து இன்பம் நுகர்வார்கள். அரசு மற்ற மார்க்கத்தில் இயங்கின் குடிகள் நிலை என்னாகும்?

49. மக்கள் அனைவரும் சன்மார்க்கராக வாழும் ஒரு நிலை நேருமாயின், அப்பொழுது அரசும் வேண்டுவதில்லை. அந்நிலை என்றாதல் ஒருபோது கூடாமற் போகாது. அந்நிலை கூட்ட இயற்கை அன்னை முயன்ற வண்ணமிருக்கிறாள். இயற்கை அன்னையின்வழி மன்பதையை நிறுத்துதற்கும் ஒருவித நல்லரசு தேவை.

50. மக்களை இயற்கை வழியில் நிறுத்திச் சன்மார்க்கர் களாக்கத் துணை செய்வதற்கென்று அரசியல் அமைப்பு ஏற்பட்டது. அவ்வமைப்பு, இப்போது சன்மார்க்கத்தினின்றும் பிறழ்ந்து உழன்று வருகின்றது. அதனைச் சீர்செய்தல் வேண்டும்.

51. அரசியல் சீர்திருத்தம் என்னும் பெயரால் ஆங்காங் குள்ள அரசியல் வாதிகளால் ஆட்சி முறைகள் கோலப்படு கின்றன. குடியாட்சி, கோனாட்சி, குடிக்கோனாட்சி முதலிய பெயர்கள் முறைகட்குச் சூட்டப்படுகின்றன. பெயர்கள் மாறு கின்றனவே யன்றி, மனோநிலை மாறுவதில்லை. பெயர்கள் மாற்றத்தால் மன்பதையின் துயரம் நீங்குமா? பெயர்கள் மாற்றத்தால் சில அரசியல்வாதிகள் நலமுறுகிறார்கள்.

52. ஆட்சி எம்முறையில் இயங்கினும் இயங்க. முறையைப் பற்றியோ பெயரைப் பற்றியோ கவலையுற வேண்டுவதில்லை. மக்கள் அனைவரும் இன்ப வாழ்வு பெறுதற்குரிய நல்லாட்சியே போற்றற்குரியது.

53. பொருளாதாரப் புலவர்களும், அரசியல் ஞானிகளும் கூட்டம் கூட்டமாகப் பெருகாத காலத்தில் மக்கள் நுகர்ந்த இன்பங்கூட இந்நாளில் இல்லை என்று கூறல் மிகையாகாது.

54. இக்காலப் பொருளாதாரப் புலமைக்கும், அரசியல் ஞானத்துக்கும் பிறப்பிடம் மேல்நாடு என்று எவருங் கூறவர்.

55. எல்லாவற்றிற்கும் உலகம் மேல் நாட்டைப் பார்த்து நடித்துவருங் காலம் இக்காலம்.

56. மேல்நாட்டார் சுறுசுறுப்பும் ஊக்கமும் உடையவர். அவர்தஞ் சுறுசுறுப்பும் ஊக்கமும் அரசியல் துறையில் அளவுமீறிச் சென்றமையான், சாம்ராஜ்யப் பித்து அவர்தந் தலைக்கேறி விட்டது.

57. சாம்ராஜ்யத்தில் பொதுமை அறம் வளர்வதில்லை. இதனால் வாழ்க்கையில் போராட்டமும், கூடா ஒழுக்கமும், இன்னபிறவும் புகலாயின. இத் தீமைகளைப் பெருக்கும் சாம்ராஜ்யத்தால் மன்பதையில் அமைதி நிலவுமா?

58. சாம்ராஜ்யப் பித்தால் விளைந்ததென்னை? அடிக்கடி போர் எழுவது என்று சுருங்கச் சொல்லலாம்.

59. மேல் நாடு முழுவதும் இப்போது முதலாளி தொழிலாளி போராட்டத்துக்கு இரையாகிவருதல் கண்கூடு.

60. கீழ்நாட்டின் நிலை எப்படி இருக்கிறது? கீழ்நாட்டின் நிலை இரங்கத்தக்கதாயிருக்கிறது. கீழ்நாடு இப்போது தனக்கென ஒரு கொள்கையுமின்றிக் கிடக்கிறது. மேல்நாடு ஆட்டும்வழி, கீழ்நாடு ஆடி வருகிறது.

61. குருமார் போதனைகள் பெரிதும் பிறந்த இடம் கீழ்நாடே யாகும். அப்போதனைகள் மதவெறியால் பாழ் பட்டன.

62. மேல்நாடு அரசியல் வெறியால் கெடுகிறது. கீழ்நாடு மதவெறியால் கெட்டது. அங்கே அவ்வெறியும், இங்கே இவ்வெறியும் தணிதல் வேண்டும்.

63. வெறியைத் தணிக்கவல்ல மருந்து சன்மார்க்கமேயாகும்.

64. மேல்நாடு தற்போதைய உலகக்குத் திறவாயிருத்தலான், அதன்கண் சன்மார்க்கம் ஆக்கம் பெறின், உலகம் நலமுறும்.

65. மேல்நாட்டின் சுறுசுறுப்பும் ஊக்கமும் சன்மார்க்கத் தில் நுழைந்தால், உலகம் விரைவில் சன்மார்க்க மயமாதல் திண்ணம்.

66. கீழ்நாடு ஒருபோது சன்மார்க்கத்தில் மூழ்கிப் பண் பட்டதாதலின், அது சன்மார்க்கத்தை மிக எளிதில் கடைப் பிடிப்பதாகும்.

67. சன்மார்க்கத்தை நிலைபெறுத்துதற்கென்று முதல் தொழில் போராட்டம் உலக முழுவதும் பரவி வருகிறது.

68. முதலாளி, தொழிலாளியை அடக்கியாள முயல் கிறான். தொழிலாளி, வன்மங்கொண்டு, உறுத்தெழுந்து, முதலாளியை அறவே சாய்த்து, முதல் தொழில் வேற்றுமை இல்லாமற் செய்ய உறுமுகிறான்.

69. தொழிலாளர் இயக்கம் நல்லதே. ஆனால் அது சன்மார்க்கத்தை அடிப்படையாகக் கொண்டு நடப்பதா யிருத்தல் வேண்டும்.

70. தொழிலியக்கத்தார் சன்மார்க்கத் தத்துவங்களைத் தம்முடையனவாகக் கொண்டொழுகுதல் நல்லது.

71. சில இடங்களில் தொழிலியக்கத்தார் சன்மார்க்கத்தை வெறுத்து வருகிறார். அது தவறு.

72. சன்மார்க்கம் இயற்கை நெறியாதலான், அஃதற்ற எவ்வியக்கமும் மன்பதையைத் தூய்மை செய்யாது.

73. சன்மார்க்கம், எல்லாரும் இன்புற்று வாழ்தல் வேண்டும் என்னும் தத்துவத்தைத் தன்னகத்தே கொண்டது. அதன் தத்துவத்தை உணராது அதை வெறுப்பது பெருந்தவறு.

74. சன்மார்க்கம் சில இடங்களில் தொழில் இயக்கத் தாரால் வெறுக்கப்படுதற்குக் காரணம், அது புரோகித மதமெனத் திரிபாகக் கருதப்படுவதே யாகும். புரோகிதம், சன்மார்க்கம் அன்று என்பது மேலே பல இடங்களில் விளக்கப்பட்டது.

75. சில இடங்களில் பொதுமை வெறுக்கப்படுகிறது. காரணம் அது சத்தெனுஞ் செம்பொருளை ஏலாமை என்று கருதப்படுகிறது. இவ்வாறு சில பொதுவர் சொல்வதுண்டு இது தவறு.

76. வாழ்க்கைக்குச் சத்துந் தேவை; அதற்குரிய மார்க்கமுந் தேவை. சத்தென்றும் மார்க்கமென்றும் ஏன் பிரித்தல் வேண்டும்?

77. சத்தை விடுத்து மார்க்கம் இயங்குவதில்லை.

78. மார்க்கத்தில் நேரிய முறையில் நின்று ஒழுக ஒழுகச் சத்தின் உண்மை விளங்கியே தீரும். மார்க்கத்தில் பொதுமை நிலவாதொழியின் உலகில் போராட்டம் கூடாஒழுக்கம் முதலிய தீமைகள் எழும். இவைகள் சத்தின் இருப்பை விளங்கிக்கொள்ள மக்களை விடுவதில்லை.

79. சத்தின் விளக்கத்துக்கு மார்க்கம் வேண்டும். மார்க்கத்தில் பொதுமை நிலவல் வேண்டும்.

80. சத்தின் உண்மையை மார்க்க வாயிலாக விளக்க வல்லது பொதுமை - பொதுமையே.

81. சத்தின் இருப்பை மறுக்கும் பொதுமை வேரற்ற மரம்போன்றதாகும்.

82. பொதுமை போராட்டத்தை ஒழித்து, ஒழுக்கம் அமைதி முதலிய சத்துக்குரிய துறைகளை மார்க்கத்தில் நிலை பெறுத்தலால், அது மார்க்கத்துக்கு வேண்டப்படுகிறது.

83. ஒழுக்கம் அமைதி முதலியன எற்றுக்கு? உயிர்களை மார்க்கத்தளவில் நிறுத்துதற்கா? அன்று. ஒழுக்கம் அமைதி

முதலியன, உயிர்களைச் சத்தாகிய பேரறிவின் மயமாக்கத் துணைபுரிவனவாம்.

84. தொடக்கத்தில் உலகம் தொழில் வண்ணமாகவே இருந்தது. இடையே அதில் முதல் என்னுங் காளான் பூத்தது.

85. முதல் ஈன்ற கல்வியாளரும் பொருளாளரும் தமது நலங்கருதிப் போரை எழுப்பி உலகை பாழ்படுத்துகின்றனர். ஆதலின், பழையபடி உலகம் தொழில் வண்ணமாதல் வேண்டும்.

86. உலகம் பழையபடி தொழில் வண்ணமாதற்கு நிலமும் பொருளும் உழைப்பும் பொதுமைப்படல் வேண்டும்.

87. முதல் தொழில் வேற்றுமையைப் போக்கக் கொலைப் புரட்சி வேண்டுமென்பது சிலரது கருத்து. அக்கருத்துப் பரவுதலாகாது. அது பரவப் பரவத் தீமையே பெருகும்.

88. புரட்சி இருவிதம். ஒன்று தன்னலத்தை அடிப்படை யாகக் கொண்டது. மற்றொன்று அந்நலத்தை அடிப்படையாகக் கொள்ளாதது.

89. (தன்னலக்) கொலையை அடிப்படையாகக் கொண்ட எவ்வியக்கமும் ஆக்கம் பெறாது. அஃது இயற்கைக்கு மாறுபட்டது.

90. போராட்டம் எழுவதன் நோக்கம் என்னை? எல்லாரும் இன்புற்று வாழ்ந்து அமைதி பெறுதல் வேண்டுமென்பது. அவ்வமைதியைத் தன்னலக் கொலைப்புரட்சி ஒரு போதும் உண்டுபண்ணாது.

91. கொலைப்புரட்சி, கொலைப்புரட்சிகளை அடிக்கடி உயிர்ப்பித்துக் கொண்டே யிருக்கும். அப்புரட்சி பெருகப் பெருக அமைதி ஏது? மக்களை மக்கள் பிடுங்கித் தின்னும் ஒரு நிலையே உலகில் ஓங்கும்.

92. இயற்கையின் உட்கிடக்கை, மன்பதையை ஒருமை அன்பில் வளர்த்தல் வேண்டுமென்பதே யன்றி, அதனைப் பகைமையால் பிரித்தல் வேண்டுமென்பதன்று.

93. இயற்கையின் குறிப்புணர்வோர் கொலைப்புரட்சியில் தலைப்படமாட்டார்.

94. இயற்கைக் குறிப்பை உணர்ந்து நடக்கும் ஆற்றல் வாய்ந்தவர் இயக்கங்களை நடாத்த முன்வருதல் நல்லது.

95. கொலைப்புரட்சியால் ஒன்றை மாய்த்து, ஒன்றை ஆக்குதல் இயலாது. கொலைப்புரட்சி, கொலைப்புரட்சிகளை ஈன்றுகொண்டு போகும் தன்மையதாதலின், அதனால் அமைதி நிலைபெறாது. அமைதி நிலைபெறாத இடத்தில் எதைச் சாதித்தல் முடியும்?

96. (தன்னலக்) கொலைப்புரட்சி எண்ணமே தீயது.

97. முதலாளி தொழிலாளியை அடக்கி ஆளுதற்குக் காரணம், அவன் இவனைச் சகோதரன் என்று கருதாமையே யாகும். வன்மத்தை வளர்க்கும். கொலைப்புரட்சி சகோதரநேயத்தை எங்ஙனம் உண்டு பண்ணும்?

98. முதலாளி, தொழிலாளியைச் சகோதரன் என்று உணர்வானாயின், அவன் இவனைத் தன்னைப்போல் நேசிக்கப் புகுவன். நேசப் பெருக்கத்தால் வேற்றுமைகள் தொலையும்.

99. முதல் தொழில் வேற்றுமையைப் போக்கிச் சகோதர நேயத்தை வளர்த்துச் சமத்துவத்தை விளைக்க வல்லது சன்மார்க்கம் ஒன்றே.

100. மேல்நாட்டில் இப்பொழுது வீறுகொண்டு எழுந்துள்ள முதல் தொழில் போராட்டத்தின் முடிவு அரசியல் வெறியைத் தணிப்பதாகும்.

101. அரசியல் வெறி தணியத் தணியச் சன்மார்க்க நாட்டம் மிகும்.

102. (தன்னலக்) கொலைப்புரட்சிகள் மட்டும் இடை இடை நடமாடாதவாறு ஆங்காங்குள்ள அறிஞர் பாதுகாத்து வருதல் வேண்டும்.

103. (தன்னலக்) கொலைப்புரட்சி நடமாட்டம் சன்மார்க்க உணர்வை விரைவில் நிலைபெறுத்தாது.

104. தொழிலாளர் இயக்கத்தை நடாத்துவோர், இயற்கைத் தத்துவத்தை உணர்ந்து நடப்பவரா யிருத்தல் நலம். அந்நடை (தன்னலப்) புரட்சியை நாடத் தூண்டாது.

105. (தன்னலப்) புரட்சி தற்போது நலஞ்செய்வது போலச் சிலர்க்குத் தோன்றலாம். பின்னே அது பேரிடர் செய்வதாகும்.

106. (தன்னலப்) புரட்சியை நாடுவோரும் நாளடைவில் அதன் கொடுமை கண்டு அதனை வெறுப்பர். பின்னே அதை வெறுப்பதினும் தொடக்கத்திலேயே அதை நாடாதிருப்பது சிறப்பு.

107. சன்மார்க்கம் உலகில் பரவி, மன்பதையைத் தூய்மை செய்ய நாளாகும் என்றும், வன்மக் கொலைப் புரட்சி விரைவில் ஒன்றை நிகழ்த்தும் என்றும் சிலர் கருதுவதுண்டு.

108. வன்மப் புரட்சியால் விழும் தீமை, மீண்டும் உயிர்பெற்றுப் பன்முகங்கொண்டு எழும். சன்மார்க்கத்தால் விழும் தீமை, மீண்டும் உயிர்பெற்றெழாது. தீமையை மீண்டும் உயிர்ப்பிக்கும் ஒன்றை ஏன் நாடுதல் வேண்டும்?

109. சன்மார்க்கம் இயற்கை நெறியாதலான், அதனால் கழிவன கழியும்; செழிப்பன செழிக்கும். கழிவும் செழிப்பும் இயற்கை வளர்ச்சிக்குத் துணைபுரிவன.

110. உலகில் தீமை கண்டே, போராட்டத்தை இயற்கை அன்னை அவ்வப்பொழுது எழுப்புகிறாள். போராட்டத்தை

எழுப்பும் இயற்கை அன்னை, அதை நல்ல வழியில் நடாத்தி முடிப்பள். அவள்வழி நிற்க உலகங் கடமைப்படுதல் வேண்டும். அவள்வழிநில்லாது? முனைப்பால் கொலைப்புரட்சி முதலிய தீய வழிகளில் நுழைவது, வளர்ச்சிக்குத் தடைபுரிவதாகும். இயற்கைப் போக்கில் உறுதி கொள்ளுதல் அறிவுடைமை.

111. இயற்கை அன்னையின் ஆணையால் சில சமயம் புரட்சி இயக்கம் எழும். அது கலைவாயிலாகவோ பிற வாயிலாகவோ நிகழும். அவ்வியக்கத்துக்குத் துணைபோதல் அறவோர் கடன். என்னை? அதனடியில் தன்னலமோ வன்மமோ இன்மையும், அன்பும் அருளும் உண்மையும் என்க.

112. தன்னலத்தாலோ முனைப்பாலோ மறப்புரட்சி நிகழ்த்தலாகாது. இயற்கை ஆணைவழி நின்று இயக்கத்தின் பெயரால் எவ்வகைப் புரட்சியிலும் ஈடுபடலாம். அவ்வீடுபாடு அறத்தின்பாற்பட்டதே யாகும். அதனால் கர்மத் தாக்குதல் விளையாது.

113. இயற்கைப் போராட்ட எழுச்சி சீர்திருத்தத்துக்கு அறிகுறி.

114. போராட்டத்திடைச் சன்மார்க்க வேட்கையை எழுப்புவது அரிது என்பது சிலருடைய கருத்து. போராட்டத்திடைச் சன்மார்க்கம் எளிதில் புகும். தாகத்தால் வருந்தி வாடிக் களைப்புற்றோருக்கு நீரின் அருமை நன்கு தெரியும். வெயிலில் திரிந்து அலைந்தவர்க்கு நிழலின் அருமை நன்கு விளங்கும். ஆகவே, போராட்டத்தில் ஈடுபட்டுச் சலிப்புறுவோருக்குச் சன்மார்க்கச் சிறப்பு இனிது புலனாகும்.

115. மேல்நாட்டு அரசியலுக்கு இப்பொழுது சன்மார்க்கந் தேவை.

116. மேல் நாட்டரசியல் சன்மார்க்கத்தில் இயங்குமாயின், உலக முழுவதும் சன்மார்க்க அரசு அரும்பும்.

117. அரசு திருந்தினால் அகிலந் திருந்தும்.

118. அரசு வாயிலாகச் சன்மார்க்கம் பரவின், சன்மார்க்கம் விரைவில் உலகைச் சீர்செய்யும் பின்னர் அரசே வேண்டாத நிலை நேரும்.

119. பல துறைகளுள்ளும் அரசியற்றுறை சீர்திருத்தம் பெறுதல் அவசியம். அதன் சீர்திருத்தம் பிறவற்றை எளிதில் ஒழுங்கு செய்யும். ஆனாலும் அச் சீர்திருத்தம் எளிதில் கைகூடப் பிற துறைகளுஞ் சீர்திருத்தம் பெறுதல் நல்லது.

120. சாதி மதம் நிறம் மொழி நாடு முதலிய பித்துக்களால் எழும் வெறி, சன்மார்க்க வளர்ச்சிக்கு இழைக்கும் தீங்குகள் மேலே சுருங்கச் சொல்லப்பட்டன. அப்பித்த வெறி வாழ்வி னின்றும் அகலுதல் வேண்டும்.

121. சாதி மதம் நிறம் மொழி நாடு முதலிய வேற்றுமை களைக் களைதற்குரிய சீர்திருத்த முறைகளைப் பலபடக் கூறலாம். இங்கே பொருந்திய ஒன்றைக் குறித்தல் சிறப்பு. அது கலப்பு மணம் என்பது.

122. கலப்பு மணம் இயற்கையின் பாற்பட்டது. அது பலதிற வேற்றுமைகளைக் களையவல்லது.

123. மக்கள் அனைவரும் இயற்கையில் சமரச சன்மார்க்கத்தில் ஒருமைப்பட்டவர். அவ்வொருமைப்பாட்டை மக்கள் உணர்ந்து நடக்கின்றார்களில்லை. அவ்வொருமை உணர்வைச் சாதி மதம் நிறம் மொழி நாடு முதலியன மறைக்கின்றன. இந்நாளில் மக்கள் ஒருவரோடொருவர் உறவு கொண்டு வாழ்தற்குரிய சாதனங்கள் பெருகி வருகின்றன. இஃது இயற்கை அன்னையின் கருணையே யாகும். இக்காலத்தில் கலப்பு மணம், சமரச சன்மார்க்க ஒருமை உணர்வை எழுப்புதற்கும் பெருந்துணை செய்வதாகும்.

124. சடங்குகளும், சம்பிரதாயங்களும், கண்மூடி வழக்க ஒழுக்கங்களும், இன்ன பிறவும் சன்மார்க்க வளர்ச்சிக்குத்

தடைசெய்கின்றன. இத்தடைகளும் நீங்கப் பெறுதல் வேண்டும்.

125. சடங்குகளும் சம்பிரதாயங்களும் முற்றும் மன்பதையை விடுத்து எளிதில் திடீரென அகலுதல் அரிது. எவ்வளவு சீர்திருத்தஞ் செய்தாலும் அவைகள் ஒவ்வோரள விலாதல் ஒவ்வொரு விதமாகக் காலமிடங்களுக் கேற்றவாறு தலைகாட்டிக் கொண்டே யிருக்கும். அவைகளை அவ்வப்போது பொருந்திய முறையில், முறை முறையே சீர்திருத்தஞ் செய்தல் அறம்.

126. கண்மூடி வழக்க ஒழுக்கங்கள் பலதிறத்தன. அவைகள், பலப்பல வடிவில் உலகை மயக்குறச் செய்யும்.

127. இது கண்மூடி வழக்க ஒழுக்கம் ; இது கண்மூடி வழக்க ஒழுக்கமன்று என்று அறுதியிட்டு அறிஞராலும் கூற இயலாதபடி அவ்வழக்க ஒழுக்கங்கள் சாலவித்தை புரியும். ஒருவர்க்கு ஒன்று கண்மூடி வழக்க ஒழுக்கமாகத் தோன்றும்; மற்றொருவர்க்கு அஃது அவ்வாறு தோன்றுவதில்லை. இருவரும் அறிஞராயிருப்பர். கண்மூடி வழக்க ஒழுக்கங்களை மறுத்து வருவோரிடத்திலும், அவர் உணராத வகையில், அவைகளில் ஒன்றோ சிலவோ படிந்துகொண்டிருக்கும். கண்மூடி வழக்க ஒழுக்கங்களின் மாயை அளப்பரிது!

128. கண்மூடி வழக்க ஒழுக்கங்கள் இன்ன இன்ன என்று எப்படி அறுதியிட்டுச் சீர்திருத்தத்தில் இறங்குவது? இயற்கை நெறிக்கு மாறுபட்டனவெல்லாம் கண்மூடி வழக்க ஒழுக்கங்க ளெனக் கொண்டு சீர்திருத்தத்தி லிறங்குவது அறிவுடைமை.

129. கர்மம் நாள் கோள் ஆகியவைகளைப் பற்றி உலகில் பலதிறக் கருத்து வேற்றுமைகள் உண்டு. இவைகளின் ஆதிக்கம் உயிர்கள்மீது தாக்குறுவதில்லை என்று சொல்வதற்கில்லை. இத்தாக்குதலால் நல்லன விளைதலும் உண்டு; தீயன விளை தலும் உண்டு.

130. கர்மம் நாள் கோள் முதலியன இயற்கை - இறைவழி இயங்குவன. இவைகளை இயக்கும் ஒன்றன்வழி நிற்போரை இவைகள் என் செய்யும்?

131. இயற்கை - இறைவழி நிற்குஞ் சன்மார்க்கர், கர்மம், நாள் கோள் முதலியவற்றின் செல்வாக்கால் தாக்குறுவதில்லை.

132. கர்மம் நாள் கோள் முதலியவற்றின்மீது எந்நேரமுங் கருத்தை இருத்தித் துன்புறுவது மடமை. இவைகளை இயக்கும் ஒன்றன்மீது கருத்திருத்துவது அறிவுடைமை.

133. செய்த கர்மத்தை அநுபவித்தே தீர்தல் வேண்டும் என்றொரு நம்பிக்கையும் சில இடங்களில் இருந்து வருகிறது. இதுவும் மூட நம்பிக்கையின் பாற்பட்டதே. அறியாமையால் முன்னே செய்த கர்மங்களை (செய்கைகளை)க் குறித்து உண்மை யாக வருந்தி, மீண்டும் அத்தகைக் கர்மங்களில் மனஞ் செல்லா உறுதியில் நின்று, இயற்கை - இறையினிடம் நெஞ்சைப் பதித்து, தியானஞ் செய்யச் செய்யப் பழைய கர்மங்களின் வேர் அற்றுப் போகும்.

134. கர்மம் நாள் கோள் முதலியவற்றைச் சிந்திப்பதற்குப் பதிலாக, இயற்கை - இறையைச் சிந்திப்பது சிறப்பு.

135. மக்கள் தனித்தனியே புறத்திலும் அகத்திலும் சீர்திருத்தம் பெறுதல் விழுப்பம். இதற்கு நல்லியக்கங்கள் தேவை.

136. நன்முயற்சிகளில் மக்கள் தனித் தனியே ஈடுபடுதல் சுருங்கிச் சேர்க்கையாக ஈடுபடுதல் பெருகின் அன்புக்குரிய ஒருமைப்பாடு ஓங்கும். அதனால் தனித்தனித் தூய்மையும் விளையும்.

137. தனிமை உணர்வு வளர்ந்து, தனிமைப் பொருள் தனிமை அமைப்பு தனிமை அரசு முதலியவற்றைப் பெருக்கிச், சாம்ராஜ்யத்தை ஓங்கச் செய்து, தூய்மையைக் கெடுத்துப், போராட்டம் கூடா ஒழுக்கம் முதலிய தீமைகளை உலகில்

நிலைபெறுத்தியது கருதற்பாலது. ஆதலின், சேர்க்கை ஈடுபாடே வாழ்க்கையைத் தூய்மைப்படுத்துவதாகும்.

138. மக்களின் தூய்மை, வாழ்வுத் துறைகளை யெல்லாந் தூய்மை செய்யும்.

139. புறச்சீர்திருத்தம் இயற்கைவழி உடலோம்பல், கல்வி, பொதுமை அறம் முதலியவற்றால் அமைவது; அகச் சீர்திருத்தம் சத்தியத்தால் அமைவது.

140. அகச் சீர்திருத்தத்துக்குச் சத்தியம் அவசியம். சத்தியம் இயற்கை வளர்ச்சிக்கு உரியது.

141. சத்தியம் ஒன்றுள்ள இடத்தில் எல்லா நல்லியல்பு களும் அமையும்.

142. சத்தியத்தை எப்படி நிலைக்கச் செய்வது? நல் லெண்ணங்களால் அதை நிலைபெறுத்தலாம். நல்லெண்ணங் கட்குப் புறச் சீர்திருத்தத்துக்குரிய முறைகளும் துணை புரியும்.

143. நல்லெண்ணங்கள் அகத் தூய்மைக்கு இன்றியமை யாதன.

144. அகத்தூய்மை அற்ற புறத்தூய்மையால் பயனில்லை.

145. நல்லெண்ணங்கள், உயிரையும், உயிர்வழி உடலையும் ஓம்பும் அமிழ்தம்.

146. தீய எண்ணங்கள், கூரிய அம்புகள்.

147. எண்ணமே மனிதன்.

148. நல்லெண்ணங்களால் தம்மைப் பண்படுத்திக் கொண்டவரிடம், தீயோரின் எண்ணங்கள் பாயின், அவைகள் கூர்மை மழுங்கி வீழும், மற்றவரை அவைகள் துன்புறுத்தும்.

149. நல்லெண்ணங்களால் தம்மைப் பண்படுத்திக் கொண்டவரால் தீயோரைத் திருத்தல் இயலும்.

150. பிறரைச் சீர்திருத்தஞ் செய்யப் புகுவோர் முதலாவது தம்மைச் சீர்திருத்தஞ் செய்துகொள்வது முறைமை.

151. கல்வி, அறிவு, அநுபவம், வாய்மை, பொறுமை, இரக்கம், தீங்கு புரிவோர்பால் வன்மங் கொள்ளாமை, மன்னிக்குமியல்பு, பகைவரையும் நேசித்து நலஞ்செய்தல், தற்பெருமைக்கு இறையாகாமை முதலிய நறுங்குணங்கள் சீர்திருத்தத் தொண்டரின் உடைமைகள்.

152. சீர்திருத்தரிடம் நிந்தனை தலைகாட்டலாகாது. நிந்தனை சீர்திருத்த இயல்பன்று.

153. மக்கள் மூட வழக்க ஒழுக்கங்கட்கு அடிமையாதற்குக் காரணமாக நிற்பது அவர்கள் மாட்டுள்ள அறியாமையாகும்.

154. அறியாமையைப் போக்குதற்குரிய வழி அறியாமையை நிந்திப்பதன்று; அறிவை விளக்குவதாகும். இருளை நிந்திப்பதால் இருள் நீங்காது. ஒளியைக் கொண்டுவரின், இருள் தானே ஓடும்.

155. சீர்திருத்தத் தொண்டுக்குரிய முறைகளைப் பலபடக் கூறலாம். அவரவர் தம் தம் அறிவாற்றலுக்குத் தக்கவாறும், காலதேச வர்த்தமானத்துக்கேற்றவாறும் முறைகளைக் கோலிக் கொள்ளலாம்.

156. சீர்திருத்தப் பணிகளுக்குரிய வழிகள் பல. அவைகளுள் சிறப்பாகக் குறிக்கத்தக்கன மூன்று. அவை பிரசாரம் விரதம் தியானம். இம்மூன்று வழியில் சீர்திருத்தப் பணிகளை நிகழ்த்தலாம்.

157. இலட்சம் பிரசாரகர்கள் முயற்சியிலும் ஒரு நல்லோன் விரதமும் தியானமும் பெருநலஞ் செய்யும்.

158. பொருளாதாரம், ஒழுக்கம் முதலியன குறைவின்றி நிறைவுபெற்று, அவைகளால் எல்லாரும் இன்புற்று வாழும் ஒரு நிலை, உலக முழுவதும் பரவின், அப்பொழுது

சன்மார்க்கம் எற்றுக்கு என்று சிலர் கருதுவதுண்டு. இக்கருத்துத் தவறுத லுடையது.

159. சன்மார்க்கமென்பது உலக வாழ்வளவில் நின்று விடுவ தன்று. அது மேலுங் கடந்து நிற்பது, தியானம் முதலிய வற்றிற்குச் சன்மார்க்கம் வேண்டற்பாலது.

160. பொருள், ஒழுக்கம் முதலியவாற்றான் எல்லாரும் இன்புறும் நிலை, தியானம் முதலிய சன்மார்க்கத் துறைகட்குச் சாரம் போன்றது.

161. பொருள் முடையும், தீயொழுக்கமும், இன்ன பிறவும் மக்களிடை அமைதி நிலைபெறுத்தாமையான், மக்கள் சன்மார்க்கர்களாக வாழ்தற்கு இடம் நேராமற் போகிறது. பொருள் நிலை முதலியன ஒழுங்குபட்டு, எல்லாருங் கவலை யின்றி இன்புறுவாராயின், மக்கள் தியானம் முதலிய சன்மார்க்கத் துறைகளில் எளிதில் ஈடுபடுதற்கு வழி நேரும்.

162. பொருளாதாரம் முதலியவற்றைச் சீர்செய்ய உலகம் முனைந்து நிற்பதன் அடிப்படையான நோக்கம் என்ன? வாழ்வில் அமைதி தியானம் முதலியன ஆக்கம் பெறுதல் வேண்டும் என்பதே.

163. உயிர்களின் அறியாமையை நீக்கி, அவைகளின் முழு அறிவை விளக்கஞ் செய்யப் புகுந்த இயற்கை அன்னை, பொருளாதாரம் முதலியன செம்மை பெறும் அளவில் தன் முயற்சியை நிறுத்திக் கொள்ளாள். அங்ஙனம் நிறுத்திக் கொள்வது இயற்கையின் அறமன்று; மேலும் உயிர்களின் நலத்துக்குத் துணைபுரிவது இயற்கை அறத்தின் இயல்பு.

164. உயிர் முழு விடுதலை அடையும் வரை, இடையிடை ஏற்படும் தடைகளை நீக்கிச் சீர்செய்வது இயற்கை அன்னையின் நியதி.

6. சங்கம்

1. சன்மார்க்க சங்கம், சமரச சங்கம் என்றும், சமரச சன்மார்க்க சங்கம் என்றும், மார்க்க சங்கம் என்றும் அழைக்கப் பெறலாம்.

2. சன்மார்க்க சங்கம், கால தேச வர்த்தமானத்துக்கேற்ற முறையில் அவ்வப்போது ஒவ்வொருவிதப் பெயர் பெற்று வருகிறது.

3. சன்மார்க்க சங்கம் ஒருபோது ஒருவரால் காணப்பட்ட தன்று; அஃது என்றும் இருப்பது.

4. சன்மார்க்க சங்கத்தின் நுட்பம் ஒவ்வொருபோது ஒவ்வொருவரால் விளக்கஞ் செய்யப்படும்.

5. சன்மார்க்க சங்கம் இறை முதல் எல்லா உயிர்களையும் அங்கமாகக் கொண்டது.

6. சங்கத்தின் தலைமை - இறை; அமைச்சு - இயற்கை; நிர்வாகக் கூட்டம் - குருமார் திருக்கூட்டம்; உறுப்புக்கள் - எல்லா உயிர்களும்; சந்தா - இரக்கம்.

7. உறுப்புக்களாகிய உயிர்களிற் சிறந்தவர்கள் மக்கள்.

8. அம்மக்கள் நான்கு வகைப்படுவார்கள்.

9. முதல் இனத்தவர், இயற்கை வாழ்வு நடாத்தி, இயற்கைத் தியானத்தில் முதிர்ந்து, குருதரிசனம் பெற்று இறையொளி கண்டு, தங்களுக்கென ஒன்றுமின்றி, மற்றவர் பொருட்டு உடல் தாங்கிக் குருமாருடன் உறவுகொண்டு வாழ்வோர்; இரண்டாம் இனத்தவர், இயற்கை வாழ்வில் நின்று, இயற்கைத் தியானத்தில் அமர்ந்து, உயிர்கட்குச் சேவை

செய்வோர்; மூன்றாம் இனத்தவர், சன்மார்க்கத்தை அறிவால் உணர்ந்து, உணர்ந்த வாறு நடக்க முயல்வோர்; நான்காம் இனத்தவர், சன்மார்க்க ஒருமை உணர்வின்றிப் பன்மை உணர்வுடன் வாழும் மற்றவர்.

10. இவ்வினத்தவரைப் படிப்படியாக உயர்த்தி மேம்படுத்த வல்லது தொண்டு.

11. தொண்டு என்பது முனைப்பில்லாத இடத்தில் நிகழ்வது. முனைப்புள்ள இடத்தில் நிகழ்வது போலித்தொண்டே யாகும். தன்னலச் செயல் தொண்டாகாது. அதுவும் போலியின்பாற் பட்டதே. பயன்கருதாப் பணியே சிறந்த தொண்டாகும்.

12. தொண்டு, உயிர்களின் அறியாமைக் கட்டை அவிழ்த்து அவிழ்த்து, அறிவை விளக்கஞ் செய்து செய்து, இயற்கை அன்னை உயிர் வளர்ச்சி நாடிப் பொழியுங் கருணையை, உயிர்கள் பெறத் துணைசெய்வது.

13. உயிர் நலனுக்கும் வளர்ச்சிக்கும் தொண்டு இன்றியமை யாதது.

14. தொண்டில்லா இடத்தில் இயற்கை அன்னையின் கருணை பாய்வதில்லை.

15. முதல் இனத்தவர் குருமாருடன் உறவு கொண்டவ ராதலின், அவரைப்பற்றி இங்கு ஒன்றும் விரித்துக்கூற வேண்டுவ தில்லை.

16. இரண்டாம் இனத்தவர், முதல் இனத்தவராதற்கு முயல்வது இயல்பு. அம்முயற்சி ஆக்கம் பெறுதற்குத் தமக்குரிய தியானம் முதலியவற்றுடன் தமக்குக் கீழுள்ளவரைத் தமது நிலைக்குக் கொணரத் தொண்டு செய்தல் வேண்டும். அத் தொண்டு அவரை மேன்மைப் படுத்தும்.

17. மூன்றாம் இனத்தவரும் தாம் மேல் நிலை எய்துதற்குத் தமக்குக் கீழுள்ள மக்களைத் தமது நிலைக்குக் கொண்டுவர, அம்மக்கள் நலங் கருதி உழைத்தல் வேண்டும். அவ்வுழைப்பு அவரைத் தானே உயர்த்தும்.

18. நான்காம் இனத்தவர் ஒருமைச் சன்மார்க்க உணர்வு பெறாதவராதலானும், தொண்டின் திறத்தை அறியாதவ ராதலானும், அவர் சிறக்கச் சன்மார்க்க வாயிலாகத் தொண்டு செய்து, தொண்டின் இயலை அவர்க்கு அறிவுறுத்த வேண்டுவது மற்றவர்கடமை. அவர் நலங்கருதித் தொண்டு செய்யாதவர் சன்மார்க்கராகார்.

19. மக்கள், தங்களுக்குக் கீழ்ப்பட்டுள்ள அஃறிணை உயிர்களின் வளர்ச்சிக்குந் துணை நிற்றல் வேண்டும். இஃது இயற்கை அறம்.

20. அஃறிணை உயிர்களும் படிப்படியாக வளர்ந்து பகுத்தறிவுடைய மக்களாதல் வேண்டும். அவைகளை வளர ஒண்ணாதவாறு அவைகட்கு இடையூறு செய்தல் பெரும் பாவம்.

21. அஃறிணை உயிர்களின் வளர்ச்சிக்குக் கேடு சூழ் வோரின் வளர்ச்சியும் தடைபடுதல் இயல்பு.

22. ஒருயிர்க்குத் தீங்கு செய்வது, தன்னுயிர்க்குத் தானே தீங்கு செய்வதாகும்.

23. எல்லா உயிர்களையும் தன்னைப்போல் கருதி வாழ்வது சிறந்த இயற்கை வாழ்வாகும்.

24. மேலே கூறப்பெற்ற நான்கு இனத்தவர்கட்கும் அமைப்பு வேண்டுமா வேண்டாமா என்பது ஒரு கேள்வி.

25. முதல் இனத்தவர் குருமாருடன் தொடர்பு கொண்டு வாழ்தலின், அவரைப்பற்றி ஒன்றுங் கூற வேண்டுவதில்லை.

26. குருமாருடன் தொடர்பு கொண்டவர் இன்னார் என்று எப்படி உணர்வது? குருமாருடன் தொடர்பு கொண்டவரிடம் சிற்சில சிறப்பியல்புகள் அமைந்திருக்கும். அவைகளை முற்றும் விரித்தல் இயலாது. சிலவற்றை மட்டும் சொல்லுதல் கூடும். அவை, தமக்கென ஒன்றின்மை, பிறர்க்கென வாழ்தல், பெரிதும் மலையில் வதிதல், சூரிய ஒளியிலுள்ள பிராண சக்தியைக் காற்று வாயிலாக எளிதில் பருகி நாடி நரம்புக் கேற்றல், நரை திரை மூப்பு அணுகாமை, பிறர் நோய்களைத் தியானத்தாலோ, நோக்காலோ, பரிசத்தாலோ போக்கல், இன்ன பிற. இவ்வியல் புடையவர் குருமாருடன் தொடர்பு கொண்டவர் என்று உணர்தல் வேண்டும்.

27. அமைப்புகள் பலவிதம். அவைகளைப் பணிக்குரிய அமைப்புகளென்றும், தியானத்துக்குரிய அமைப்புகளென்றும் இருகூறுபடுத்திக் கொள்ளலாம்.

28. பணி அமைப்புகள் பின் மூன்றினத்தார்க்கும் பொது. அவைகள் வாயிலாக உயிர்த் தொண்டு நிகழ்ந்து வரும்.

29. பணி அமைப்புகளாவன : பள்ளிக்கூடம், தொழிற்சாலை, மருத்துவச்சாலை முதலிய அறச்சாலைகள்.

30. தியான அமைப்பு முறையில் மூவருள்ளும் வேற்றுமையுண்டு.

31. இரண்டாம் இனத்தவர்க்குரிய தியான அமைப்புகள் இயற்கையின் கோலங்கள்.

32. மூன்றாம் இனத்தவர்க்குத் தியான அமைப்புகள் கலைகள்.

33. நான்காம் இனத்தவர்க்கு வேறுவித அமைப்புகள் தேவை. அவை கோயில், மடம், சபை போன்றன.

34. இந்நான்காம் இனத்தவர் சமரச சன்மார்க்க உணர்வு அரும்பப் பெறாதவராதலின், இவர் நெஞ்சில் பன்மை உணர்வு மிகுந்து விளங்குதல் இயல்பு. இவரது பன்மை

உணர்வைப் படிப்படியாக ஒருமைப்படுத்த மற்றவர் முயலுதல் வேண்டும்.

35. இவ்வினத்தவர், தம் பன்மை உணர்வுக் கேற்றவாறு பலதிறக் கொள்கை உடையவராயிருப்பர். இவர் வழியே சென்று இவரைத் திருத்துவது மற்றவர் கடமை.

36. இவர், தம் கொள்கைக்கு (மதத்துக்கு) ஏற்றவாறு அமைப்புகளை ஏற்படுத்திக் கொள்வர். தொடக்கத்தில் எவர் எவர் எந்த எந்தக் கொள்கையில் பற்றுள்ளங் கொள்கிறாரோ அவர் அவர் அந்த அந்தக் கொள்கைக்குரிய அமைப்பில் சேர்ந்து ஒழுகலாம.

37. ஒருவர் அமைப்புமீது மற்றொருவர் பகைமை கொள்ளா திருக்குமாறு அவர்க்குப் படிப்படியே அறிவு கொளுத்த வேண்டுவது சன்மார்க்கத் தெளிவுடையார் கடன்.

38. பின்னே ஒருவர் கொள்கையை மற்றொருவர் கொள்கை யுடன் நடுநிலையில் நின்று சீர்தூக்கிப் பார்க்குமாறு அவர்க்குப் போதித்தல் வேண்டும்.

39. நாளடைவில் தங் கொள்கையே மற்றவர் கொள்கை யாய்ப் பரிணமித்திருப்பதுபோல அவர்க்குத் தோன்றும். அவ்வேளையில் அவரிடம் பன்மை உணர்வு மாய்தற்கும், ஒருமை உணர்வு அரும்புதற்கும் இயற்கை அன்னை அருள் செய்வாள்.

40. சன்மார்க்கத் தெளிவுடையார், நான்காம் இனத்தவரிடம் பலதிறப்பட்ட அமைப்புகளிலும் ஈடுபட்டுக் காட்டுதல் ஜீவ காருண்யமாகும். இவ்வீடுபாடு, எல்லாக் கொள்கைகளும் சன்மார்க்கம் ஒன்றையே குறிக்கொண்டு நிற்பன என்பதை, ஒருமை உணர்வு இல்லாதவர்க்கு அறிவுறுத்தும்.

41. நான்காம் இனத்தவர் அமைப்புகளின் பெயர்கள் பலபடத் திகழ்கின்றன. அப்பெயர்களை மாற்றவேண்டுவது அநாவசியம். வெறும் பெயர் மாற்றத்தால் ஒன்றும்

விளையாது. உள்ள பெயராலேயே அவ்வவ்வமைப்பு நடைபெற்று வரலாம். ஆனால், அவைகளில் சமரச சன்மார்க்கக் கொள்கை படிப்படியே இடம்பெற அறிஞர் முயலுதல் வேண்டும். உடல் எதுவாயினுமாக. அதனுள் சன்மார்க்க உயிர் நிலவுதல் அவசியம்.

42. எவ்வமைப்பும் இல்லாத இடத்தில் புதிதாகச் சன்மார்க்கப் பெயரால் ஓர் அமைப்பு உண்டாக்கலாம். அதற் கென நிதியுஞ் சேர்க்கலாம். செலவு போக மிகுதி யுள்ளதைப் பணி அமைப்புக்கு உதவிவிடுதல் வேண்டும்.

43. நான்காம் இனத்தவர்க்கு, ஆடல், பாடல், கூத்து, உலா, விழா முதலியவற்றில் வேட்கை நிகழ்தல் இயல்பு. அவைகளை மறுத்தல் கூடாது. மறுப்பால் நலன் விளையாது. சமரச சன்மார்க்க சங்கத் தத்துவம் அமையும் முறையில் அவைகளை நடாத்திக் காட்டவேண்டுவது அறிஞர் கடமை.

44. நான்காம் இனத்தவர் வழியே சென்று, அவரை நல் வழியில் திருத்தல்வேண்டும்; அவர் எளிதில் எதற்கும் இணங்கி வரும் இயல்புடையவர்.

45. நான்காம் இனத்தவரின் தியான அமைப்புகள் மிக எச்சரிக்கையாக நடத்தப்பெறல் வேண்டும். அவைகளில் பிணக்கு பிளவு முதலியன நிகழ்தல் ஆகாது.

46. பிணக்கு பிளவுகளைத் தோற்றுவிக்கும் பேய்கள் பல உண்டு. அவைகளில் சிறப்பாகக் குறிக்கத் தக்கன இரண்டு. ஒன்று தேர்தல்; மற்றொன்று நிதி.

47. பிளவு பிணக்குகள் நிகழாத முறையில் தேர்தல் நடைபெறின் ஒழுக்கத்துக்கு இழுக்கு நேராது. அவைகள் நிகழ்வதாயின், தேர்தல் முறையை அறவே விட்டுவிடுதல் நல்லது. நம்பிக்கைக்குரிய சிலரால் அமைப்புகள் நடைபெற்று வருதல் சிறப்பு.

48. நிதியுள்ள இடத்தில் பெரிதும் நீதி இருப்பதில்லை.

49. தியான அமைப்புகட்கு நிதி அநாவசியம். அவசியம் நேரின், வேண்டும் அளவில் நிதி திரட்டலாம். குறிப்பிட்ட ஒன்றற்குப் பயன்பட்டதுபோக, மிகுந்து நிற்பதைப் பணி அமைப்புகட்கு உதவுதல் ஒழுங்கு.

50. தியான அமைப்புகள் தூய்மைக்கும் ஒழுக்கத்துக்கும் நிலைக்களனாக இருத்தல் வேண்டும். இவைகட்குக் கேடு நிகழும்போதெல்லாம் அமைப்புகள் சீர்திருத்தஞ் செய்யப் பெறல் வேண்டும்.

51. பிளவு பிணக்குகள் நிகழும் வேளைகளில் அவைகளை மேலும் மேலும் வளர்க்க முயல்வது தவறு. தியானத்தில் அமர்ந்தால் எல்லாம் ஒழுங்குபட்டுவிடும். இயற்கை - இறையைத் தியானித்தல் நலனே செய்யுந் தன்மையது.

52. ஒவ்வொருவரும் தம்தம் குறைபாடுகளை உணர்ந்து, இயற்கை - இறையைத் தியானிப்பது முறைமை.

53. குறைபாடுகளை நினைந்து நினைந்து, கசிந்து கசிந்து, உருகி உருகி அழுவது, இயற்கை - இறையின் அருளைப் பெறுதற்கு வழி தேடுவதாகும்.

54. குறைகளை உணர்ந்து, அவைகளைப் போக்க முயல்கிறவன், சன்மார்க்கத்தில் நிற்க முயல்பவனாவன்.

55. தன் குற்றத்தை உணர்கிறவன், பிறர் குற்றத்தை நா[illegible]ான்.

56. பிறர் தமது குற்றத்தை உணர்ந்து வருந்தும் போது, அக்குற்றத்தை மன்னிக்கும் மனம் பெறுதல் வேண்டும். அம்மனம் சன்மார்க்கத்தில் ஈடுபடுவதாகும்.

57. தொகையில் நான்காம் இனத்தவரே பெருகியிருக்கிறார். இவர் தொகை சுருங்கி, மற்றவர் தொகை பெருகின், உலகில் பலதிறத் துன்பங்கள் நீங்கும். இது சன்மார்க்கரின் தொண்டைப் பொறுத்திருக்கிறது.

58. சன்மார்க்கத் தொண்டர், சன்மார்க்க சங்க நோக்கங் களைப் பரப்ப முயன்றவண்ணம் இருப்பாராக.

59. சன்மார்க்கம் அறத்தொண்டை அடிப்படையாகக் கொண்டது.

60. சன்மார்க்க ஊழியர்க்குப் பயன் கருதாத் தொண்டே வீடுபேறாகத் தோன்றும்.

61. ஒவ்வொரு குடும்பமும் சன்மார்க்க சங்கமாய்த் திகழ அறிஞர் முயல்வது அழகு. இதற்குச் சன்மார்க்கக் கல்விச்சாலைகள் பெருகுதல் வேண்டும்.

62. ஒவ்வொரு குடும்பமும் சன்மார்க்க சங்கமானால், பெரிய குடும்பமாகிய உலகம் சன்மார்க்க சங்கமாகும். அந்நாளே அகங்கார அரசு வீழும் நாள்; உலக விடுதலை நாள்; நன்னாள்.

7. இறுவாய்

1. சத்தெனும் இறை ஒன்றே.

2. இறைக்கு உடல் இயற்கை.

3. இறை அப்பன்; இயற்கை அன்னை.

4. இயற்கை கடந்த இறை நிலையை மன உணர்வு உடையோர் ஆரவேண்டுவது அநாவசியம்.

5. மன உணர்வு உடையோர், இயற்கை - இறையை வழிபடும் அளவில் நிற்பது ஒழுங்கு.

6. சத்தெனும் இறையை அடைதற்குரிய மார்க்கம் இயற்கை.

7. இறையை அடைதற்கு, இயற்கை இன்பத்தை வெறுத்துக் காட்டுக்கோடி, மூச்சைப் பிடித்தல் முதலியன தேவை என்று நினைப்பது தவறு.

8. இயற்கை நெறி, இறை நெறியாதலான், இயற்கை இன்பத்தை வெறுப்பது, இறை இன்பத்தை வெறுப்பதாகும்.

9. பெண் ஆணுடனும், ஆண் பெண்ணுடனும் வாழ்வது இயற்கை.

10. பெண் ஆணை வெறுப்பதும், ஆண் பெண்ணை வெறுப்பதும் துறவென்று சொல்லப்படுவது தவறு.

11. தீய குணங்களை நீப்பது துறவு.

12. பெண்ணும் ஆணும் சம உரிமையுடையவர்.

13. ஒருவன் ஒருத்தியுடனும், ஒருத்தி ஒருவனுடனும் வாழ்வது அறம்.

14. இயற்கைவழி நின்று, உடலோம்பிக், கல்வி பயின்று, இயல்புக்குரிய தொழின் முறைகளில் ஈடுபட்டு, இல்லறமேற்று, உயிர்கள் தொண்டு செய்து, இயற்கைத் தியானத்தில் பயிற்சி பெறுதல், இறைவழிபாடாகும்.

15. இயற்கைநெறி நிற்பது, இறைநெறி நிற்பதாகும் இதுவே சமயம் என்பது.

16. சமயங்கள் பல இல்லை. உள்ள சமயம் ஒன்றே. அது சன்மார்க்கம்.

17. இயற்கைத் தியான முதிர்ச்சியால் குருதரிசனம் பெறலாம்.

18. குருமார் மக்களுமல்ல; கடவுளுமல்ல. மக்கள் கடவுளை அடைவதற்கு அவர் துணைசெய்பவர்.

19. குருமார் நெஞ்சத் தாமரையில் என்றும் இறையொளி திகழ்ந்தவண்ணமிருக்கும். அவர் நுண்ணுடலுடையவர்; பொன் மேனியர்; இயற்கைத் தியான முதியோர்க்குக் காட்சியளித்து நலஞ்செய்பவர்.

20. சடங்குகள் செய்து, காசு பறிப்பவர் குருமாரல்ல; அவர் புரோகிதர்.

21. புரோகித மதங்கள் பலப்பல. அவைகள் வேறு; சன்மார்க்கம் வேறு. இரண்டுக்குந் தொடர்பில்லை.

22. சன்மார்க்கம் எல்லார்க்கும் உரியது.

23. சன்மார்க்கத்துக்கு நாடு, மொழி, நிறம், வகுப்பு, சாதி, மதம் முதலிய வேற்றுமைகளில்லை.

24. நாடு, மொழி, நிறம், வகுப்பு, சாதி, மதம் முதலிய வேற்றுமை உணர்வைக் கலப்பு மணம் ஒழிப்பதாகும்.

25. பிறப்பில் உயர்வு தாழ்வு கருதுவது அஞ்ஞானம்.

26. மக்கள் அனைவருஞ் சகோதரர்கள்.

27. எல்லா உயிர்களிலும் வீற்றிருப்பது சத்தெனும் இறை ஒன்றே. அவ்வுண்மையை உணர உணரச் சகோதர நேயம் பெருகும்.

28. கர்மம், நாள், கோள் முதலியன சன்மார்க்கரைத் தாக்குவதில்லை.

29. அறிவில் மேம்பட்டவர், அறிவில் கீழ்ப்பட்டவரை உயர்த்தத் தொண்டுசெய்தல் வேண்டும்.

30. உயிர்கட்கு அழகு தொண்டே.

31. உயிர்களுக்குத் தொண்டு செய்வது, கடவுளுக்குத் தொண்டு செய்வதாகும்.

32. சன்மார்க்கக் கலப்பில்லாத உலகியற்றுறையோ உயிரியற்றுறையோ இல்லை.

33. சன்மார்க்கம் உலகியலுக்குப் புறம்பானதன்று.

34. சன்மார்க்க சங்கம், இறை முதல் எல்லா உயிர்களையும் அங்கமாகக் கொண்டது. ஆகவே எல்லா உயிரும் சகோதரர்.

35. எல்லா உயிர்களையும் சகோதரராகப் பார்ப்பவர் சன்மார்க்கராவர்.

36. சன்மார்க்கத்தை விரித்துக்கூறுவது தெய்வமறை.

37. தெய்வ மறையின் நிலை மூன்று. அவை மோனம், ஒலி, மொழி என்பன.

38. மோனத்தினின்றும் ஒலியும், ஒலியின்றும் மொழியும் பிறக்கும்.

39. இம்மூன்று நிலையும் குருமார்க்கு உரியன.

40. குருமார் பருவுடல் தாங்கும்போது, அவர் வாயிலாகத் தெய்வமறை மொழிவடிவில் வெளிவரும்.

41. தெய்வமறை பல இடங்களில் பல மொழியில் பலவாறு இறங்கியிருக்கிறது. அவை யாவும் தெய்வத்திருவருள் மொழிகளே. அவைகள் உலகில் பல பெயர்கள் பெற்றிருக் கின்றன.

42. ஐயந் திரிபு மயக்கங்கள் நீங்கி, விளக்கம்பெறுதற்குக் குருமார் வாயிலாகப் பிறந்த தெய்வ அருள் மொழிகளைப் பயில்க; பயின்று அவைகளின் வழி நிற்க.

43. இச் சன்மார்க்க போதம் சுருங்கிய முறையில் யாக்கப் பட்டது. பலவேறு காலங்களில், பலவேறு இடங்களில் தோன்றி, அவ்வக் கால தேச வர்த்தமானங்களுக்கேற்ற முறையில் குருமார் வெளியிட்ட கருத்துக்களின் ஒருமைப்பாடு, அடியேன் உணர்வில் விளங்கிய முறைப்படி, இந்நூற்கண் தொகுத்துக் காட்டப்பட்டது.

44. அடியேன் பல துறைகளில் நின்று யாத்த நூல் பலவற்றிலும் சன்மார்க்க உயிர்நாடி ஓடிக்கொண்டிருக்கும்.

45. இந்நூலுடன் தொடர்புகொண்ட வேறு ஒரு நூல் என்னால் யாக்கப்பட்டது. அது சன்மார்க்கத் திறவு என்பது. அதில் சில விளக்கங்கள் உள்ளன.

46. இயற்கையை உடலாக் கொண்டு, என்றும் மாறுத லின்றி, எங்கும் நீக்கமற நிறைந்து நிற்கும் ஒன்றாய், உண்மையாய், அறிவாய், அன்பாய், இன்பாய், அழகாய் உள்ள இறை வாழ்க.

47. இறைக்கு உடலாய் நின்று, திருவிளையாடல் புரியும் இயற்கை வாழ்க.

48. இயற்கை - இறைவழி நின்று, உலகை நடாத்தி வருங் குருமார் வாழ்க.

49. கால தேச வர்த்தமான நிலைக்கு ஏற்றவாறு, அவ்வப் போது குருமார் வழிப் பிறந்த அருள் மொழிகள் வாழ்க.

50. அருள் மொழிகளின் பொருளாயுள்ள சன்மார்க்கம் வாழ்க.

51. சன்மார்க்க சங்கம் வாழ்க.

திருவாரூர் - வி. கலியாணசுந்தரன்

சன்மார்க்க ஊழியன்

சன்மார்க்கத் திறவு

முன்னுரை

ஒன்றே குலமும் ஒருவனே தேவனும்

சன்மார்க்க போதம் என்றொரு நூல் என்னால் இயற்றப் பட்டது. அந்நூலுடன் தொடர்பு கொண்டது இந்நூல். அது பொது நூல். இது சிறப்பு நூல்.

பொதுமையே சிலர் உள்ளத்தை நிறைவு செய்யும். சிலர் உள்ளத்தைப் பொதுமை நிறைவு செய்வதில்லை. இவருக்குச் சிறப்புந் தேவை. இத்தகையர் பொருட்டு இந்நூல் இயற்றப் பட்டது.

சன்மார்க்க போதத்திலுள்ள பொதுமைகளைச் சிறப்பு முறையால் இந்நூல் திறந்துகாட்டும். இதனால் இந்நூலுக்குச் சன்மார்க்கத் திறவு என்னுந் தலைப்புச் சூட்டப்பட்டது. (முதற் பதிப்பிலிருந்த தலைப்பிலே சமரசம் என்பது, இரண்டாம் பதிப்பில் சுருக்கத்தின் பொருட்டு நீக்கப்பட்டது.)

இரண்டு நூலிலும் இடம் பெற்றிருப்பவர் குருமார். குருமார் முன்னூலில் பொதுவாகச் சொல்லப்பட்டிருக்கிறார்.

அவர்தம் போதனைகள், பெயர்கள் முதலியன இந்நூலில் சிறப்பாக விளக்கப்பட்டுள்ளன. இவ்விளக்கம் சன்மார்க்க சங்கத்தார்க்குப் பெருந்துணை செய்வதாகும்.

முன்னூலாகிய சன்மார்க்க போதத்தைப் படித்த பின்னர் நேயர்கள் இந்நூலைப் படிப்பார்களாக.

யாதும் ஊரே யாவருங் கேளிர்

திருவாரூர்-வி.கலியாணசுந்தரன்

1. தோற்றுவாய்

1. இயற்கையை உடலாக்கொண்டு, என்றும் மாறுதலின்றி, எங்கும் நீக்கமற நிறைந்து நிற்கும் ஒன்றாய், உண்மையாய், அறிவாய், அன்பாய், இன்பாய், அழகாய் உள்ள இறை வாழ்க.

2. இறைக்கு உடலாய்நின்று, திருவிளையாடல் புரியும் இயற்கை வாழ்க.

3. இயற்கை - இறைவழி நின்று, உலகை நடாத்தி வருங் குருமார் வாழ்க.

4. கால தேச வர்த்தமான நிலைமைக்கு ஏற்றவாறு அவ்வப் போது குருமார்வழிப் பிறந்த அருள் மொழிகள் வாழ்க.

5. அருள்மொழிகளின் பொருளாயுள்ள சன்மார்க்கம் வாழ்க.

6. சன்மார்க்க சங்கம் வாழ்க.

7. சன்மார்க்க போதம் என்னும் ஒரு நூல் என்னால் இயற்றப்பட்டது. அது, பொது நூல். அந்நூலில், சத் (உண்மை) இறை என்பதும், மார்க்கம் (வழி) இயற்கை என்பதும், சத்தை அடைதற்கு இயற்கை வழிபாடு தேவை என்பதும், இயற்கை வழிபாடு குருநாதன் காட்சியை வழங்கும் என்பதும், குருநாதன் காட்சியால் நுட்பம் விளங்கும் என்பதும், மிகச் சிலர் குருவருளின்றியும் இயற்கை வழி பாட்டளவிலேயே நுட்பம் விளங்கப்பெறுவர் என்பதும், இயற்கை கடந்த தனித்த இறைநிலை வாக்கு மனம் கடந்தது என்பதும், இன்ன பிறவும் விரித்துக் கூறப்பட்டன.

8. இறைநிலை இரண்டு. ஒன்று இயற்கையைக் கடந்து தனித்து நிற்பது; இது வாக்கு மனங்கட்கு எட்டாதது. மற்றொன்று இயற்கையுள்ளும் குருமாருள்ளும் ஒளிர்வது.

9. இயற்கை வாயிலாகவோ, குருவாயிலாகவோ இறையின் உண்மையை உணர்தல் கூடும். இதற்கு இயற்கை வழிபாடோ, குரு வழிபாடோ, அல்லது இரண்டுமோ தேவை.

10. இயற்கை வழிபாடு, சன்மார்க்க போதத்தில் விரித்துச் சொல்லப்பட்டிருக்கிறது. ஆதலால், அதைப் பற்றிய விளக்கம் இங்கே வேண்டுவதில்லை.

11. குருமாரைப் பற்றியும் சன்மார்க்க போதத்தில் ஓர் அதிகாரம் உண்டு. அது, பொது முறையில் குருமாரைப் பற்றிச் சொல்வது. அப்பொழுது முறையைச் சிறப்பு முறையால் திறந்து காட்டுவது இந்நூல்.

12. சிலர்க்குப் பொதுநூலே போதியதாயிருக்கும். அதனால், பொதுநூலில் சிறப்பு முறைகள் சொல்லப்பட வில்லை.

13. சன்மார்க்க போதத்தில் குறிப்பிட்ட சில கருத்துக்கள், விளக்கத்தின் பொருட்டும், தொடர்பு குறித்தும், இந் நூற்கண்ணும் சுருங்கிய முறையில் சில இடங்களில் ஆளப்படும்.

14. சன்மார்க்க போதம் முன்னூல் என்று இந்நூற்கண் இனிக் குறிக்கப்படும்.

2. குருமார் விளக்கம்

1. இறையுண்மை, குருமார் வாயிலாக உலகுக்கு விளங்குதலால், குருமாரைப்பற்றிச் சிறப்புமுறையில் தெளிவு பெறுதல் வேண்டும்.

2. குருவுக்குப் பல மொழியில் பல பெயர்கள் வழங்கப் படுகின்றன. அவைகளுள் சில வருமாறு:- சித்தன், அருகன், புத்தன், கிறிது, நபி, மாடர், ஆச்சாரியன், தீர்த்தங்கரன், குமரன், மூர்த்தி முதலியன. இப்பலபட்ட பெயர்களின் பொருள் ஒன்றே.

3. குருவைப் பற்றிப் பலதிறக் கருத்து வேற்றுமைகள் உண்டு. இறைவன் குருவாக வருவன் என்று சிலரும் - இறைவன் பிறப்பு இறப்பு இல்லாதவனாதலான், அவன் குருவாக வருவதில்லை என்று வேறு சிலரும் - குருவின் உள்ளத்துள் இறைவனது ஒளி நீக்கமின்றி இடையறாது திகழ்தலானும், அவர் தமக்கென ஒன்றின்றி இறைவன் வழியே நின்று கடனாற்றுதலானும், இறைவன் செயலுக்கெல்லாம் அவர் கருவியாக நிற்றலானும், அவரை இறைவன் என்று உபசாரமாகக் கொள்ளலாமென்று மற்றுஞ் சிலரும் கூறுவர். இன்னும் வெவ்வேறு கருத்துடைய வரும் உளர்.

4. சத் என்னும் இறை, பிறப்பு இறப்பு இல்லாதது என்பதும், குரு, சமயம் நேரும்போது பிறப்பதுண்டு என்பதும் முன்னூலில் மிகத் தெளிவாக விளக்கஞ் செய்யப்பட்டிருக்கின்றன.

5. உண்மை விளங்கும்போது, குருநிலை தானே விளங்கும். குருநிலையைப்பற்றி விவாதம் வேண்டுவதில்லை.

6. குருமாருக்கென ஒரு தனித் திருக்கூட்டம் இருக்கிறது. இறை அருளால், அத்திருக்கூட்டத்தின் வாயிலாக உலகம் நடைபெற்று வருகிறது.

7. குருமார், பலப்பல இடங்களில் தோன்றிக் கால தேச வர்த்தமானத்துக்கு ஏற்ற முறையில் சன்மார்க்கத்தை விளக்கிப் போவர்.

8. உண்மையை உணர்த்தக் குருமார், பருவுடல் தாங்கியும் வருவர். அவர் நுண்ணுடலுடன் பிறர்வாயிலாக உண்மையை உணர்த்துவதும் உண்டு.

9. சன்மார்க்கத்தை அடிப்படையாக்கொண்டு, இது காறும் வெளிப்போந்த குருமார் போதனைகள் பலதிறத்தன.

10. குருமார் போதனைகள், கால தேச வர்த்தமானத்துக்கு ஏற்றவாறும், மக்களின் பலதிற இயல்புகளுக்கு ஏற்றவாறும் பலவகையாய்ப் பிறந்தன.

11. போதனைகளின் புறத்தோற்றம் பலவகை. அகத்தில் எல்லாம் ஒருவகையே.

12. பலவகை ஒருவகையாக விளங்குதற்கு வழிபாடு தேவை.

13. வழிபாட்டுக்குச் சில குறிக்கோள் வேண்டும்.

14. குறிக்கோள், நுண்மை பருமை என இருவகைப்படும். இரண்டும் முறையே அகத்துக்கும் புறத்துக்கும் உரியன.

15. குறிக்கோளை எங்கிருந்து பெறுவது? குருமார் போதனைகளினின்றும் அவைகளைப் பெறுதல் கூடும்.

16. குருமார் போதனைகளிற் படியப்படியக் குறிக்கோள் புலனாகும்.

17. குறிக்கோள் பலபடப் புலனாகும். அவைகளை ஒருவித முறைக்கு உட்படுத்தித் தொகுத்துக் கொள்வது வழிபாட்டுக்கு வழிகோல்வதாகும்.

18. குருமார் போதனைகளை வழிபாட்டின் பொருட்டு, எட்டு விதமாகத் தொகுத்துக் கொள்ளலாம். அவை வருமாறு:- (1) தெய்வம் ஒன்றென்பது (2) இயற்கை (3) அன்பு (4) அஹிம்சை (5) தர்மம் (6) நிஷ்காமியம் (7) அழகு (8) மோனம்.

19. இவ்வெட்டும் ஒன்றே, ஒன்று உள்ள இடத்தில் பிறவும் இருக்கும். இந்நுட்பம், சன்மார்க்கத்தில் ஈடுபட்டு ஒழுக ஒழுகப் படிப்படியாக விளங்கும்.

20. விளக்கத்தின் பொருட்டும், தொடக்கத்தில் மக்கள் மனோநிலை பலபட்டு நிற்றல் கருதியும் எட்டு என்று ஒரு விதக் கணக்கிடப்பட்டது.

21. ஒன்று எட்டாய், எட்டுப் பலவாகும். பல எட்டாய், எட்டு ஒன்றாகும். இந்நுட்பம் சன்மார்க்கத் தெளிவில் நன்கு விளங்கும்.

22. எட்டையும் குருமாருள் பொருந்தக்கொள்வது ஒருவித ஒழுங்குமுறை. அம்முறை வருமாறு:- (1) தெய்வம் ஒன்று - மகம்மது நபி (2) இயற்கை - அன்னை (3) அன்பு - கிறிது (4) அஹிம்ஸை - விருஷபதேவர் (5) தர்மம் - புத்தர் (6) நிஷ்காமியம் - கிருஷ்ணமூர்த்தி (7) அழகு - குமரன் (8) மோனம் - தட்சணாமூர்த்தி.

23. இப்பிரிவால் ஒருவர் போதனையில் பிறர் போதனைகள் இல்லை என்று கொள்ளுதல் கூடாது. ஒருவர் போதனையில் பிறர் போதனைகளும் உண்டு. பிரிவு, வழிபாட்டின் பொருட்டுக் காட்டப்பட்டது.

24. மகம்மது நபி, ஒரு தெய்வ உணர்ச்சியை நிலை பெறுத்தியவர்; அவ்வொரு தெய்வம் பிறப்பு இறப்பு இல்லாதது என்பதை அறிவுறுத்தியவர்; விக்கிரக

ஆராதனையைக் கடிந்தவர். அவர் போதனைகள் பல. அவைகளுள் தலையாயது தெய்வம் ஒன்று என்பது. தெய்வம் ஒன்று என்னும் உணர்வில் எல்லாவித சமரசமும் அடங்கும் மகம்மது நபி, நபி நாயகம் என்று போற்றப் படுகிறார். அவர் வாயிலாக வெளிவந்த ஆண்டவன் மொழி, திருக்குரான் எனப்படும். மகம்மது நபி விக்கிரக ஆராதனையைக் கடிந்தவராகலான், அவருக்கோ அவர் போதனைக்கோ அவர் தொடர்புகொண்ட எதற்கோ அறிகுறி யாகக்கூட உருவம் அமைத்தலாகாது. இது சிறப்பாகக் கவனிக்கத் தக்கது.

25. இயற்கை, அன்னையாவள் இயற்கையை அன்னை என்று சொல்வது மரபு. இயற்கைவழி நிற்பவர், சில சமயங்களில் குருவின் துணையின்றி இயற்கை வாயிலாகவே இறையொளி விளங்கப் பெறுதலால், இயற்கையும் குருமரபில் கொள்ளப் பட்டது. இயற்கை, இறைவனுக்கு உடலாயிருப்பது. இறை உருவமில்லாதது; எங்குமிருப்பது. இறை எங்கும் எப்படி இருக்கிறது? இறை, இயற்கையை உடலாக்கொண்டு, தான் உயிராக எங்கும் நீக்கமற நிறைந்திருக்கிறது. இறையின் உண்மையை உணர்தற்கு இயற்கையின் துணை தேவை. இயற்கையோடு இயைந்து வாழ்வது இறையோடு இயைந்து வாழ்வதாகும். இயற்கையை வெறுப்பது இறையை வெறுப்ப தாகும். இயற்கை வாழ்வு சன்மார்க்கத்துக்கு வேண்டற்பாலது. எக்காரணம் பற்றியேனும் குருமாருண்மையில் உறுதி கொள்ளாதார் இயற்கையை நேரே பற்றலாம். இயற்கை, ஆத்திகர் எனப்படுவோர்க்கும் நாத்திகர் எனப்படுவோர்க்கும் பொது. சன்மார்க்கம் அனைவர்க்கும் உரியது.

26. கிறிது, கடவுள் அன்பு என்பதை வலியுறுத்தியவர். அவரது போதனையினாலும் சாதனையினாலும், வெறுங் கிரியை, புறக்கோலம், புரோகிதம், பலி முதலிய கண்மூடி வழக்க ஒழுக்கங்கள் கடவுள் நெறி அல்ல என்பதும், அன்பு நெறியே கடவுள் நெறி என்பதும் நன்கு விளங்கின. கிறிதுவின் போதனை களைத் திரட்டிப் பார்த்தால் அவைகளினூடே அன்பு என்னும் உயிர்நாடி ஓடிக்கொண்டிருக்கும். அவருடைய போதனையும் சாதனையும் அன்பே. கிறிதுவின் சிலுவை,

அன்புக்குரிய தியாகத்தின் அறிகுறி. அன்பு உள்ள இடத்தில் சமரசம் இருத்தல் இயல்பு. கிறிதுவின் மலைப்பொழிவில் அன்பு நெறியாகிய சன்மார்க்க இயல்கள் பொலிவது காணலாம்.

27. விருஷபதேவர், அஹிம்சையைப் போதித்தவர். அவர்தம் போதனையால் அஹிம்ஸா பரமோதர்மா என்பதும், தயாமூல தர்மம் என்பதும் விளக்கம் பெற்றன. அஹிம்சை யாவது மன்னுயிரைத் தன்னுயிர்போல் கருதி ஒழுகுவது. இதுவே ஜீவகாருண்யம் என்பது. ஜீவகாருண்யம், சன்மார்க்கத் துக்கு அடிப்படை. சதுர் அநுயோகம் என்னும் பரமாகமம் பார்க்க.

28. புத்தர், தர்மோபதேசஞ் செய்தவர். பிறப்பில் உயர்வு தாழ்வு கருதல், கொலை வேள்வி புரிதல் முதலிய அதருமச் செயல்கள் புத்தரால் மறுக்கப்பட்டன. எல்லாரையும் ஒப்ப நோக்கும் சமதர்மம் அவரால் போதிக்கப்பெற்றது. எல்லாரையும் ஒப்ப நோக்குவதாவது எவ்வுயிர்க்குந் தீங்கு நினையாமை. இதற்கு மக்களிடத்துள்ள விலங்கியல்புகள் ஒழிதல் வேண்டும். மக்கள், விலங்கு இயல்பினின்றும் விடுதலையடையவும், தர்மவழியில் நின்று ஒழுகவும் புத்தரால் சீலங்கள் கோலப்பட்டன. பௌத்த சீலங்களால் தர்மமும், தர்மத்தால் சமரசமும் விளையும். பௌத்த தர்மம், சீலம் முதலியவற்றைத் திரிபிடகத்தில் நோக்குக.

29. கிருஷ்ணமூர்த்தி, நிஷ்காமிய கர்மத்தை உணர்த் தியவர். காமியப்போரிடைக் கிருஷ்ணமூர்த்தியின் நிஷ்காமிய கருமோபதேசம் எழுந்தது. காமிய நெஞ்சில் சமரச ஞானம் பிறவாது. நிஷ்காமிய நெஞ்சில் சமரசஞானம் நிலவும். நிஷ்காமியம் சமரசத்தின் ஊற்று. கிருஷ்ணமூர்த்தியின் நிஷ்காமியச் சிறப்பைப் பகவத் கீதையில் காண்க.

30. குமரன், அழகுக்கு அறிகுறி. அழகாவது இயற்கையி லுள்ள அழியா ஒளி. அவ்வழகு என்றும் அழியாதது; மாறுத லடையாதது; இளமையாயிருப்பது. இதனால் அழகுக்கு அறிகுறியாகக் குமார மூர்த்தம் கொள்ளப்பட்டது. அழகில்

ஊறிக்கிடக்கும் உள்ளத்தில் வேற்றுமை உணர்வு தோன்று தற்கும் இடமில்லை. இது சமரச நிலை என்பது. அழகுக் கலைகள் - இயற்கையின் கோலங்கள், அவைகளின் ஓவியம் காவியம் முதலியன.

31. தட்சணாமூர்த்தி, மோனத்துக்கு அறிகுறி. மோனம் வாக்கு மனம் ஒடுங்கும் நிலை. மூர்த்தியின் பெருவிரலும் சுட்டு விரலும் ஒன்றியிருத்தல் உற்று நோக்கற்பாலது. பெருவிரல் இறையை உணர்த்துவது; சுட்டுவிரல் உயிரை உணர்த்துவது. பலவாறு அலைந்து உழன்று அமைதி இழந்து கிடந்த உயிர், இறையுடன் சேர்ந்து அமைதி பெறுகிறது.

மோனத்தில் மூன்று நிலைகள் உண்டு. ஒன்று ஒலி; மற் றொன்று ஒளி; இன்னொன்று சாந்தம்.

வாக்கு மனம் ஒடுங்கும் மோனத்தில், இயற்கையின் நானா பேதங்கள் மறைந்து, அவை யெல்லாம் ஒலி மயமாகத் தோன்றும்.

ஒலி, இரண்டு விதம். ஒன்று வாக்கு மன உணர்வில் கேட்பது. இது மாயாநாத ஒலி. மற்றொன்று வாக்கு மனம் ஒடுங்கு நிலையில் எழுவது. இஃது இறை வடிவான ஒலி. இஃது அருள்நாத ஒலி.

ஒலி, ஒளியை விளங்கச் செய்யும். இயற்கை வடிவங்கள் ஒலியாகி ஒளியாகும். ஒலிகடந்த நிலையில் எல்லாம் ஒளிமய மாக விளங்கும்.

ஒளிக்கு மேற்பட்டது சாந்தம்.

சாந்தத்தில் தெளிவுறுவது சன்மார்க்கம்.

32. ஒளிவரை இயற்கையை உடலாக் கொண்டது இறைநிலை. ஒளிக்கு மேற்பட்டது தனித்த இறை நிலை. இது வாக்கு மனங்கடந்தது; சொல்லொணாதது.

33. ஒலிக்கு அறிகுறியாகப் பெரியோர் வாயிலாகப் பிறந்த தெய்வ மொழிகளைக் கொள்ளலாம். அவை வருமாறு: திருக்குரான், பைபில், பரமாகமம், திரிபிடகம், தசோப நிஷத், பிர்மசூத்திரம், பகவத்கீதை, சிவஞானபோதம், திருக்குறள், தேவார திருவாசக நாலாயிரப்பிரபந்தம், திருமந்திரம், கந்தரநுபூதி முதலியன. இவைகளினின்றும் பிறந்த வழிநூல்கள் பலப்பல. இவை யாவும் சன்மார்க்கத்தை அறிவுறுத்துவன.

34. ஒளிக்கு அறிகுறியாகத் தீபத்தைக் கொள்ளலாம்.

35. சாந்தத்துக்கு அறிகுறியாக மரம், செடி, பாம்பு, மயில், யானை, புலி, சிங்கம், பசு ஆகிய இவைகள் சாந்தமயமாக ஒன்றியுள்ள முறையில் ஓவியம் பொறித்துக் கொள்ளலாம்.

36. தனித்த இறை நிலைக்கு எவ்விதக் குறியும் அமைத்தல் கூடாது.

37. குருமார் பெயர்கள் சரித்திர முறையில் இங்கே குறிக்கப் படவில்லை. சரித்திரத்துக்கும் இந்நூன் முறைமைக்கும் தொடர் பில்லை.

38. ஈங்குக் குறிப்பிடாத குருமார் பலர் இருக்கிறார். அவர் மேற்குறிப்பிட்ட குருமார் வழிவழி வந்தவர். அவர்தம் போதனைகள் எட்டில் அடங்கும். அப்போதனைகள் யாவும் எட்டினின்றும் பிறந்த கவடு கோடுகளாகும். அவர் போதனை எதில் இயைவதா யிருக்கிறதோ, அவரை அதற்குடையவருடன் சேர்த்துக்கொள்க. பெயர்கள் ஒருவிதக் குறிக்கோளுக்காகக் காட்டப்பட்டன. பெயரில் கருத்துச் செலுத்துவதைப் பார்க்கிலும், போதனையில் கருத்துச் செலுத்துவது சிறப்பு.

39. சன்மார்க்க சங்கத்தார் நால் வகையினர். விளக்கம் முன்னூலில் பார்க்க. முதலிரு வகையினர் பொருட்டு எட்டு என்பதும், அததற்குரிய குரு என்பதும் வகுத்துச் சொல்லப் பட்டன.

40. சன்மார்க்கத்தில் முதலில் ஈடுபடுவோர்க்குப் பன்மை உணர்வு உண்டு. ஒவ்வொருவித உணர்வு ஒவ்வொன்றை விரும்பும் இயல்புடையதாயிருக்கும். அதற்குரிய முறையில் ஒன்று எட்டாக வகுக்கப்பட்டது. ஒவ்வொருவர்க்கு ஒவ்வொருவிதச் சுவையில் விருப்பு நிகழ்வது இயல்பு.

41. சன்மார்க்க சங்கத்தின் முடிந்த படியில் நிற்பவர்க்கு எல்லாம் ஒன்றாகவே தோன்றும். அவர்க்குக் குருமார் அனைவரும் உணர்வில் ஒருவராகவே தோன்றுவர்.

42. குருமார் உள்ளத்தில் ஒளிரும் தெய்வம் ஒன்றாத லானும், அவ்வொன்றன்வழி அவர் இயங்கிச் சன்மார்க்கத்தை உலகின் பொருட்டுப் பலவகையாகப் போதித்தமையானும், அவர் மொழிகள் யாவும் ஒரு தெய்வ ஒலியின் பரிணாமமாகும்.

43. குருமார் எல்லாரும் உணர்வில் ஒருவரேயாவர்.

44. தொடக்கத்தில் எவர்க்கும் குருமாரின் வடிவில் நாட்டஞ் செல்லும்; பின்னே சன்மார்க்கப் பயிற்சி மிகமிக அவருக்குக் குருமாரின் உணர்வில் நாட்டஞ் செல்லும். வடிவில் தோன்றும் பன்மை, உணர்வில் ஒருமையாகும்.

45. குருமார் போதனைகள் ஒரு தெய்வ ஒலியாதலின், அவை களுள் உயர்வு தாழ்வு கற்பித்தல் சன்மார்க்கத்தில் நிற்பதாகாது.

46. பன்மை உணர்வுடையவர்களில் எவர்க்கு எக்குருவின் போதனைமீது விருப்பம் நிகழ்கிறதோ, அவர், அக்குருவின் போதனைவழி நின்று ஒழுகுவாராக. அவ்வொழுக்கம், அவரைச் சன்மார்க்கத்தில் சேர்க்கும்.

47. சன்மார்க்கச் சேர்க்கை நாளடைவில் குருமார் போதனைகளின் ஒருமையை விளங்கச்செய்யும்.

48. ஒருவர், தாம் விரும்பும் குருவின் போதனைமீது பற்றுக்கொள்ளலாம். ஆனால் அது காரணமாக, அவர் மற்றக்

குருமார் போதனைகளை நிந்தித்தலாகாது. நிந்திப்பின், அஃது அவர்தங் குருவின் போதனையையே நிந்திப்பதாகும்.

49. நிந்தனை உள்ள இடத்தில் சன்மார்க்கம் விளங்குதல் அரிது.

50. குருமாரையும், அவர்தம் போதனைகளையும் ஒன்றாகவே கொள்ளுதல் வேண்டும்.

51. குருமாருடைய போதனைகள்வழி நில்லாது, அவர்தம் உருவங்கட்கு மட்டும் வந்தனை வழிபாடுகள் செய்வது தவறு. இத்தகை வந்தனை வழிபாடுகள் செய்வோரது தொகை உலகில் பெருகியிருக்கிறது. குருமார் போதனைகள் வழி நிற்போரது தொகை உலகில் பெருகல் வேண்டும். இப்பெருக்கால் உலகில் சன்மார்க்கம் ஓங்கி வளரும்.

52. குருமார் உள்ளத்தில் ஒளிர்வது இறையொளி. அவ்வொளி விளங்கப்பெறுதற்குக் குருமார் போதனைகள் வழி நின்றொழுகல் வேண்டும்.

53. குருமார் வழிபாடென்பது, குருமார் போதனைகள் வழி நின்று ஒழுகி வழிபாடு செய்வது. குருமார் வழிபாடென்று பின்னே குறிக்கப்படும் இடங்களிலெல்லாம் இவ்வாறே கொள்க.

54. குருமார் போதனைகளில் சம்பிரதாயம், கட்டுப்பாடு முதலியவற்றை நுழைப்பது பாவம். குருமார் போதனைகள், சம்பிரதாயம் கட்டுப்பாடு முதலியவற்றைக் கடந்தவை.

55. குருமார் போதனைகளைச் சம்பிரதாயம் முதலிய கட்டுக்களால் பிரிவுபடுத்தி, உலகில் பல சமய உணர்வையும் பிணக்கையும் உண்டுபண்ணுவது ஆங்காங்குள்ள புரோகித மதம்.

56. சம்பிரதாயம் முதலியன புரோகிதத்தின்பாற்பட்டன. புரோகிதம், சன்மார்க்கமன்று.

57. புரோகிதத்தால் உலகம் பட்டது போதும்! போதும்! இனி உலகம் சன்மார்க்கத்தைக் கடைப்பிடித்தொழுகுவதாக.

58. குருமார் போதனைகள் மன்பதைக் கென்று பிறந்தன; அவை குறிப்பிட்ட சிலர்க்கென்று பிறக்கவில்லை.

59. குருமார் சன்மார்க்கத்தை அறிவுறுத்தியவர். சன்மார்க்கம் பொதுவானது; எல்லார்க்கும் உரியது.

60. குருமார் உண்மையையும், அவர் அறிவுறுத்திய சன்மார்க்கத்தின் நுட்பத்தையும் அநுபவத்தில் தெளிந்து, அத்தெளிவை உலகுக்கு உணர்த்திய பிற்காலப் பெரியோர் சிலர் உளர். அவருள் குறிக்கத்தக்கவர்; தால்தாய், தாயுமானவர், சுவீடன்பர்க், பிளவட்கி அம்மையார், இராமகிருஷ்ணர், இராமலிங்கர் முதலியோர்.

61. சன்மார்க்க விளக்கத்துக்குக் குருவழிபாடு இன்றியமை யாதது.

3. வழிபாடும் அமைப்பும்

1. வழிபாடு, வாழ்வுக்குத் தேவை.

2. வழிபாடு பொருளுடையதாயிருத்தல் வேண்டும். பொருளற்ற வழிபாடு கண்மூடி வழக்க ஒழுக்கங்களைப் பெருக்கும்.

3. வழிபாடு என்னும் நினைவு தோன்றும்போதே, மக்களுக்கு இறை நினைவு தோன்றுவது இயல்பு.

4. வழிபாடு இறைக்கே உரியதாய், இறையையே சாரும்.

5. இறை ஒன்று; இரு நிலையுடையது. ஒன்று தனித்த நிலை; மற்றொன்று இயற்கையையும் குருவையும் கோயில் கொண்ட நிலை.

6. இறையின் தனித்த நிலை அகண்டாகாரமானது; மனம் வாக்குக்கு எட்டாதது; வழிபாடற்றது.

7. உருவங்களில் படியும் இயல்பு வாய்ந்த மனம் முதலிய கரணமுடையவர் அகண்டாகார இறையை எப்படி வழிபடுதல் கூடும்?

8. வழிபாடற்ற இறை நிலையைப்பற்றி மன உணர்வினர் மல்லாட வேண்டுவதில்லை.

9. இயற்கையுள்ளும் குருமாருள்ளும் கோயில் கொண்ட இறைநிலை, மனம் முதலிய கரணமுடையவரின் வழிபாட்டுக்கு உரியது.

10. மனஉணர்வு ஒடுங்கி, வழிபாடற்ற நிலை பெறுதற்கும் வழிபாடு தேவை.

11. மனம் வாக்கு முதலிய கரணமுடையோர், இயற்கை வாயிலாகவோ குரு வாயிலாகவோ அல்லது இரண்டின் வாயிலாகவோ இறையை வழிபடலாம். எவ்வகை வழிபாடும் இயற்கையின் பாற்பட்டதே. முன்னூல் பார்க்க.

12. இயற்கை வழிபாடும், பொது முறையில் குருமார் வழிபாடும் முன்னூலில் விரித்துக் கூறப்பட்டன. இந்நூலில் சிறப்பு முறையில் குருமார் வழிபாடு மட்டும் கூறப்படும்.

13. குரு வழிபாடென்பது ஒருவித முன்னிலைச் சுட்டு. அஃது இறையையே சாரும்.

14. குரு வழிபாடென்பது, குரு உள்ளத்தில் ஒளிரும் இறை ஒளியைக் குறித்து நிற்பதாகும்.

15. அவரவர் மனத்துக்கு இயைந்த குருவை அவரவர் கொள்ளலாம்.

16. வழிபாட்டுக்கு அமைப்பு வேண்டும்.

17. அமைப்பு வேண்டும் நிலையும் உண்டு; வேண்டா நிலையும் உண்டு.

18. மன உணர்வினர்க்கு அமைப்பு வேண்டும். மற்றவர்க்கு அமைப்பு வேண்டுவதில்லை.

19. இயற்கை, அமைப்பென்பதும் - நூல், அமைப் பென்பதும் - அவ்வவ் வமைப்புக்குரியார் இன்னார் இன்னார் என்பதும் - முன்னூலில் சொல்லப்பட்டன.

20. குருமார் அமைப்பின் விளக்கம் ஈண்டுக் குறிக்கத்தக்கது.

21. ஒவ்வொரு வீட்டிலும், வேறு தனி இடத்திலும் குருமார் அமைப்பை ஏற்படுத்தலாம்.

22. பற்பல நோக்குடன் கட்டப்பெற்ற பழைய கோயில் மடம் முதலியவற்றைச் சன்மார்க்க முறையில் சீர்திருத்தஞ் செய்து, அவைகளை வழிபாட்டுக்குரிய அமைப்புக்களாகக் கொள்வதில் தவறுதல் இல்லை.

23. பழைய அமைப்புக்களின் பெயர்களை மாற்றுவது அநாவசியம். அவைகளில் சன்மார்க்கக் கொள்கை நிலவுவது சாலும்.

24. தெய்விக அமைப்பு எதுவும், பிறப்பில் உயர்வு தாழ்வு கருதல், புரோகிதம், சம்பிரதாயம், கண்மூடி வழக்க ஒழுக்கம் முதலியவற்றிற்கு அடிமையாதல் கூடாது.

25. அமைப்புக்குரிய இடம், இயற்கை வளஞ் செறிந்ததா யிருத்தல் வேண்டும்.

26. காடு மலை அடர்ந்த இடங்களும், கடலோரமும், ஆற்றோரமும், இன்ன பிறவும் இனியன.

27. காடு மலை ஆறு சமீபத்திலில்லாத இடங்களில் அமைப்பு நிறுவ நேர்ந்தால், அவ்விடங்களைச் செய்குன்றாலும், மரஞ்செடிகளாலும், நீர் நிலைகளாலும் அழகு செய்தல் வேண்டும்.

28. இடம் எவ்வளவு விசாலமா யிருக்கிறதோ அவ்வளவும் நல்லது.

29. அமைப்புக்கெனக் குறிக்கப்பெற்ற இடத்தில் மிகச் சிறுபகுதி கட்டிடங்களுக்கென்றும், பெரும்பகுதி மரஞ்செடி களுக்கென்றும் ஒதுக்கப்படல் வேண்டும்.

30. மரஞ்செடிகளைப் பெருக்கல் நல்லது. அவைகளை அழித்துக் கட்டிடங்களைப் பெருக்கல் கூடாது.

31. ஆல், அரசு, வேம்பு, அத்தி, புன்னை, கடம்பு, வன்னி, மா, பலா, வாழை, தென்னை, கமுகு, கிச்சிலி, நாரத்தை, எலுமிச்சை முதலிய மரங்களை வைத்து வளர்ப்பது சிறப்பு.

32. அமைப்பின் நுழைவாய்ப் பக்கம் போக, மற்ற மூன்று பக்கங்களிலும் சம இடை விட்டு விட்டு, வட்டமாகவோ சதுரமாகவோ, எட்டு இடம் குறித்துக்கொண்டு, ஒவ்வோரிடத்திலும் ஒவ்வொரு செய்குன்று அமைத்து, ஒவ்வொரு குன்றின் மீதும் ஓர் அழகிய கட்டிடம் எழுப்பலாம். முதல் கட்டிடத்தினுள், தெய்வம் ஒன்று என்பது எழுத்தால் எழுதப் பெறலாம். அதில் எவ்வுருவமும் அமைத்தல் கூடாது. இரண்டு முதல் எட்டுவரையு முள்ள கட்டிடம் ஒவ்வொன்றிலும் முறையே, அன்னை, கிறிது, விருஷப தேவர், புத்தர், கிருஷ்ணமூர்த்தி, குமரன், தட்சணாமூர்த்தி ஆகிய இவர்தம் ஓவியம் அமைக்கலாம். இயற்கை, அன்பு, அஹிம்ஸை, தர்மம், நிஷ்காமியம், அழகு, மோனம் என்பன முறை முறையே ஒளிருமாறு ஒவ்வோர் ஓவியமும் அமைதல் நல்லது. இயற்கை முதலியவற்றை எழுத்திலும் வரைந்து ஆங்காங்கே வைக்கலாம். அமைப்பின் நடுவில் ஒரு குன்று செய்து, அதன்மீதும் ஒரு கட்டிடம் எழுப்பிப், புற இதழ் பலவாகவும், அக இதழ் எட்டாகவும் கொண்ட ஒரு தாமரைப்பூ முகிழ்த்ததுபோல ஓர் ஓவியம் பொறிக்கலாம். அக இதழ் எட்டிலும், தெய்வம் ஒன்று, இயற்கை, அன்பு, அஹிம்ஸை, தர்மம், நிஷ்காமியம், அழகு, மோனம் ஆகியவற்றை முறைமுறையே வரையினும் வரையலாம். இந்நடுக்கட்டிடத்தில் உருவங்கள் அமைத்தல் கூடாது.

33. வெள்ளிய துகிலில் தாமரைப் பூ ஓவியம் பொறித்த கொடி சன்மார்க்கத்துக்கு உரியது.

34. தாமரைப்பூ பொறித்த அழகிய சின்னத்தைச் சன்மார்க்க ஊழியர்கள் அணிந்து கொள்ளலாம்.

35. குருமார் திருமொழிகளின்வழி நின்றொழுகல், அவை களை ஓதல், பிரசாரம் செய்தில் முதலிய வகையில் வழிபாடு நிகழ்த்தலாம்.

36. வழிபாடுகளுள் தலையாயது தியானம்.

37. அவரவர் விருப்பத்துக்கியைந்த குருவை அவரவர் தியானிக்கலாம். ஒரு மரத்திலுள்ள கனிகளுள் எதை உண்டா லென்ன?

38. தியானம் தொடக்கத்தில் குருமீது செல்லும். நாளடைவில் அதனைக் குருபோதனைமீது செலுத்தப் பயிலல் வேண்டும். இப்பயிற்சி முதிர முதிரப் பன்மை உணர்வு கெடும். மேல் விளைவு முதலியவற்றை முன்னூலில் பார்க்க.

39. மக்கள் இயல் சார்ந்ததன் வண்ணமாவது. மக்கள் செம்மையுறத் தியானம் பெருந்துணை செய்யும்.

40. தன் விளக்கத்துக்கும், பிற நலனுக்கும் தியானமும் தொண்டும் செய்தல் முறைமை. இரண்டும் வழிபாடேயாகும்.

41. தன்னலத்துக்கு மட்டும் செய்யும் எதுவும் வழிபா டாகாது.

42. சன்மார்க்கம் மேலும் மேலும் விளங்குதற்குத் தன்னலம் துணை நில்லாது. அதற்குப் பரநல நாட்டமும் தொண்டும் தேவை.

43. பரநல நாட்டமும் தொண்டும் சன்மார்க்கத்துக்கு இன்றியமையாதன.

44. குருமார் வழிபாட்டில், நாடு, நிறம், மொழி, பிறப்பு, மதம் முதலிய வேற்றுமைகளும் - புரோகிதம், சம்பிரதாயம், கண்மூடி வழக்க ஒழுக்கம் முதலிய கட்டுக்களும் - குறுக்கிடலாகாது. குருமார் போதனைகளால் சகோதர நேயம் பரவாதவாறு இவ்வேற்றுமைகளும் கட்டுப்பாடுகளும் தடைசெய்து வருகின்றன. இன்னும் இப்பீடைகளைக் கட்டி அழவேண்டுவ தில்லை.

45. சத் என்னும் இறை, எவ்வுயிரிலும் நீக்கமற நிறைந் திருப்பது என்பது குருமார் போதனை. இதன் கருத்து என்னை? எல்லாருஞ் சகோதரர் என்பது. இச்சகோதர நேயத்தை

மக்களிடை வளர்க்கப்போந்தவர் குருமார். அவர் வழிபாட்டில் வேற்றுமைகளும் கட்டுப்பாடுகளும் எற்றுக்கு?

46. வேற்றுமையும் கட்டுப்பாடும் உள்ள இடத்தில் குருமார் ஒளி விளங்கித் தோன்றாது.

47. சன்மார்க்கம் எல்லார்க்கும் உரியது. சகோதர நேயம் அதன் அடிப்படை. அதற்குரிய செயல்கள் அமைப்புகளில் நடை பெறுதல் நல்லது.

48. சகோதரநேயம் பெருகுதற்குக் கலப்புமணம், உடன் உண்ணல், இன்ன பிற, நற்றுணை செய்யும்.

49. மன உணர்வு ஒடுங்குநிலை எய்தியவரும், மற்றவர் பொருட்டு வழிபாடு செய்வது பரோபகாரமாகும்.

50. சன்மார்க்கப் பிரசாரத்துக்கென்று திருவிழாவுஞ் செய்யலாம்.

51. திருவிழா வெறுங்களியாடல் முறையில் செய்தல் கூடாது.

52. ஏழு உருவங்களையோ, எட்டுப் போதனைகள் பொறிக்கப்பெற்ற கொடிகளையோ, எட்டுப் போதனைகளை யுடைய தாமரை ஓவியத்தையோ, வெறும் தாமரை ஓவியத்தையோ அல்லது ஒருங்கே இவையனைத்தையுமோ தாங்கி ஊர்வலம் வரலாம்.

53. ஊர்வல முறைகளில் கட்டுப்பாடு வேண்டுவதில்லை. அவ்வவ் விடத்துக்குரிய நிலையை ஒட்டி முறைகளை ஒழுங்குபடுத்திக் கொள்ளலாம்.

54. ஊர்வலத்தில் சன்மார்க்க பஜனை, பிரசாரம் முதலியன நடைபெறலாம்.

55. வாத்தியம், இசைப்பாட்டு, இன்ன பிற விரும்பப்படின், அவ்வவ்விடத்தின் இயல்புக்கு ஏற்றபடி, அவைகளைப் பயன்படுத்தலாம்.

56. அமைப்பு, திருவிழா முதலியன சன்மார்க்கப் பிரசாரத்துக் கென்று நடைபெறுவன என்பதை, மன்பதை உணரு முறையில் சங்கத்தார் நடந்துகாட்டல் வேண்டும்.

57. அமைப்பு முதலியவற்றிற்கென நிதி திரட்டிச் சேமித்து வைத்தலாகாது. அவ்வப்போதைய நிகழ்ச்சிக்குத் தேவையான அளவில் பொருள் சேர்த்து, அவ்வந் நிகழ்ச்சியை நிறைவேற்றி விடுதல் வேண்டும். இதுகுறித்து முன்னூலில் விளக்கஞ் செய்யப் பட்டிருக்கிறது. அதை ஊன்றிக் கவனிக்க.

58. இச்சிறு நூலில் அமைப்பு முறைகளுக்குரிய துறை களையெல்லாம் விரித்துக்கூறல் இயலாது. குறிப்பாகச் சில இங்கே சொல்லப்பட்டன. இவைகளை அடிப்படையாகக் கொண்டு கால தேச வர்த்தமானத்துக்கு எற்ற முறையில் அறிஞர் விரும்புமாறு செய்யலாம். சன்மார்க்க சங்க நோக்கத்துக்கு மாறு படாத முறையில் எதுவும் நிகழ்தல் வேண்டும். இது கருதத் தக்கது.

4. சமரசமும் சீர்திருத்தமும்

1. சீர்திருத்த முறைகளின் விரிவை முன்னூலிற் காண்க.

2. இந்நூலுக்கேற்பச் சில சீர்திருத்த முறைகளைச் சிறப் பாகக் குறிப்பிடுவது ஒழுங்கு.

3. எச்சீர்திருத்தமும் இயற்கைக்கு அரண்செய்வதா யிருத்தல் வேண்டும். இயற்கைக்கு அரண்செய்யாத சீர்திருத்தம் எதுவும் விரைவில் வீழ்ந்துபடும்.

4. குருமாரின் சமரசம் பரவாதவாறு தடைசெய்து வருவன பல. அவைகளுள் சிறப்பாக இங்கே குறிக்கத் தக்கன இரண்டு. ஒன்று புரோகிதம்; மற்றொன்று அரசு.

5. புரோகிதத்தால் சாதிமத வேற்றுமையும், அரசால் முதலாளி தொழிலாளி வேற்றுமையும் நாளுக்கு நாள் பெருகிச் சன்மார்க்கத்துக்கு இடையூறு செய்வதாயின.

6. சீர்திருத்த ஞானிகள் இடையிடைத் தோன்றிக் குருமார் போதனைகளிலுள்ள சமரசம் விளங்குமாறு தெய்வம் ஒன்றே என்பதையும், தெய்வ நெறியும் ஒன்றே என்பதையும் அறி வுறுத்திச் சமரசத்துக்குத் தடைகளாக உள்ள கண்மூடி வழக்க ஒழுக்கங்களை மறுத்துச் சென்றிருக்கிறார்கள். சமீபகாலத்தில் இராமகிருஷ்ணர், இராஜாராம் மோகன்ராய், இராமலிங்க சுவாமிகள் முதலியோர் தோன்றிச் சமரசத் துறையில் நின்று, கண்மூடி வழக்க ஒழுக்கங்களை மிக உரமாகக் கண்டித்து, ஒரே தெய்வம், ஒரே நெறி என்பதை வலியுறுத்தினர். இவர்கள் போதனையால் புரோகிதப் புன்மை உலகுக்கு ஒருவாறு விளங்கிச் சாதிமத சமரசம் உலகில் சிற்சில இடங்களில் அரும்பி வருகிறது. அரும்பியும், விளையத்தக்க பயன்

விளையாமலிருக் கிறது. காரணம் என்னை? பொருளாதார சமரசம் பரவாமையே யாகும். முன்னைச் சீர்திருத்த ஞானி கட்குப் பொருளாதாரப் பொதுமையை உணர்த்தும் வாய்ப்போ அவசியமோ நேராமற் போயிற்று. அதைப்பற்றி ஆராய வேண்டுவதில்லை.

7. பலதிறச் சமரச போதனைகளுடன் பொருளாதார சமரச போதனையும் சேர்தல் வேண்டும்; சேர்ந்தால் விளையத்தக்க பயன் விளையும்.

8. பொருளாதாரப் பொதுமைக்கென்று இந்நாளில் தோன்றியவர் காரல் மார்க்.

9. சமரசத் துறைகளுக்கெல்லாம் அடிப்படை பொரு ளாதார சமரசம்.

10. பொருண்மை வாழ்வுக்கு இன்றியமையாதது. இன்றி அமையாத அதில் சமரசம் இல்லையெனில், மற்றச் சமரசத் துறைகளால் விளையத்தக்க பயன் எப்படி விளையும்?

11. செயலில் குருமார் போதனைகள் நிறைவேறிச், சன்மார்க்கம் எங்கும் பரவி, மக்களிடைச் சகோதர நேயம் விளங்கவேண்டுமானால், பொருட் பொதுமையை உலகம் பெறுதல் வேண்டும்.

12. பொருட் பேச்சு, சன்மார்க்கத்துக்கு எற்றுக்கு என்னுங் கேள்வி சில இடங்களில் பிறக்கலாம். இக்கேள்வி பிறத்தற்கு அடிப்படையாகச் சில கொள்கைகள் இடை நாளில் முளைத்தன. அவைகளைத் திரட்டி இங்கே மூன்றாகக் குறிக்கலாம். (1) கடவுள் வேறு உலகு வேறு என்பது. (2) உலக இன்பத்தைத் துறத்தல் கடவுள் நெறி என்பது. (3) உலகம் பொய் என்பது. இவைகள் இயற்கைக்கு முரண்பட்டன என்பது, பொதுவாக என்னுடைய நூல்கள் பலவற்றிலும், சிறப்பாகச் சன்மார்க்க போதத்திலும் விளக்கப்பட்டுள்ளது. விரிவு அந்நூல்களிற் பார்க்க.

13. கடவுள் நெறி வேறென்றும், உலகியல் வேறென்றும் நினைப்பது தவறு. கடவுளுக்கு உலகம் தேவை. உலகுக்குக் கடவுள் தேவை. கடவுளின்றி உலகமில்லை; உலகமின்றிக் கடவு ளில்லை. இரண்டையும் பிரித்துக் காட்டல் இயலாது.

14. கடவுளும் உலகமும் பிரிவின்றி ஒன்றுபட்டிருந்தலால், கடவுள் நெறி வேறு; உலகியல் வேறு என்று கொள்வது தவறு. உலக இன்பத்தைத் துறப்பதும், உலகம் பொய் என்று கருதுவதும் முறையே கடவுளின்பத்தைத் துறப்பதும், கடவுளைப் பொய் என்று கருதுவதுமாகும்.

15. கடவுள் நெறியாகிய சன்மார்க்கத்துக்கு உலகம் தேவை. உலகுக்குப் பொருள் தேவை. ஆகவே, சன்மார்க்கத்துக்கு மற்றச் சமரசங்களுடன் பொருளாதார சமரசமும் தேவை. இதை முன்னாளில் விளக்கியவர் திருவள்ளுவர் உள்ளிட்ட சிலர்; இந்நாளில் விஞ்ஞான முறையில் விளக்கியவர் காரல் மார்க்.

16. சாம்ராஜ்யக் கொடுமையால் சன்மார்க்க வளர்ச்சி குலைந்து விட்டது. இக்குலைவைப் போக்க வல்லது மார்க்ஸியம்.

17. மார்க்ஸியத்தால் செல்வம் ஒருபால் பெருகி மற்றொருபால் அருகுதல் ஒழியும்; ஏழ்மை நீங்கும்; ஏழைகள் தொகை பெருகாது; உலகம் செம்மையுறும். உலகச் செம்மை சன்மார்க்க ஆக்கத்துக்குத் தேவை.

18. பொருட் பொதுமைக்குக் கொலைப் புரட்சி வேண்டும் என்பது சில இடங்களில் சொல்லப்படுகிறது. இது சன்மார்க்கத் துக்கு மாறுபட்டது.

19. கொல்லாமை, சன்மார்க்கத்தின் தத்துவங்களுள் சிறந்த ஒன்று.

20. பொருளாதார சமரசத்தாரிடைத் தத்துவத்தில் பெரிதும் மாறுபாடு நிகழ்வதில்லை. தத்துவத்தை நிறைவேற்றிக் கொள்ளும் முறையில் அவரிடை மாறுபாடு நிகழ்வது உண்டு.

21. தத்துவத்தை நிறைவேற்றக் கொலைப்புரட்சியைக் கைக்கொள்ளல்வேண்டும் என்னும் நியதியில்லை.

22. நியாயவரம்பில் நின்று, அஹிம்ஸையைக் கடைப்பிடித்து, மக்கள் அறிவு விளங்குமாறு சன்மார்க்கப் பிரசாரஞ்செய்து, பொருட் பொதுமைக்கு ஆக்கந்தேடலாம். இது, சன்மார்க்கத்துக்கு உரிய முறை.

23. சன்மார்க்க போதனையில் சகோதர நேயமிருத்தலால், அது, முதலாளி தொழிலாளிகளுக்குள் சகோதர நேயத்தை எழுப்பிப், பொருட் பொதுமையை நாளடைவில் உண்டு பண்ணும்.

24. பொருட் பொதுமை உணர்வைப் பகைமையால் தனித்தனி மக்களிடை எழுப்புவது தவறு. சகோதர நேயத்தால் பொதுமையில் அவ்வுணர்வை எழுப்புதல் நலம்.

25. பொருளாதார சமரச ஞானிகளில் ஒருவர் கொண்ட முறையையே மற்றவர் கொள்ளல் வேண்டும் என்னுங் கட்டுப்பாடில்லை.

26. முறை, கால தேச வர்த்தமானத்தை ஒட்டித்தானே அரும்புவது. அதில் கருத்துச் செலுத்தி வாதப்போர் நிகழ்த்துவது அநாவசியம்.

27. கடவுள் நெறியாகிய சன்மார்க்கம், பொருட் பொதுமைக்கு மாறுபட்டது என்று அத்துறைவல்லாருள் ஒருசாரார் கூறுதலால், அவர்தம் போதனையைச் சன்மார்க்கர் எப்படி ஏற்பது என்னும் ஐயம் சில இடங்களில் நிகழலாம்.

28. சன்மார்க்கத்துக்கு அரண் செய்யக் கூடிய போதனை களையே சன்மார்க்கர் கொள்வது நலம்.

29. ஒருவர் போதனையிலேயே சன்மார்க்கத்துக்கு அரண் செய்வதும் முரண் செய்வதும் இருக்கலாம். பகுத்தறிவால்

அரண் செய்வது எது என்பதை ஆராய்ந்து கொள்ளுதல் வேண்டும்.

30. பகுத்தறிவு கொண்டு, ஒன்றை ஆராய்ந்துகொள்ளு தற்கோ தள்ளுதற்கோ ஒவ்வொருவர்க்கும் உரிமை உண்டு.

31. பொருட்பொதுமை கருணையை அடிப்படையாகக் கொண்டது.

32. எல்லாரும் பொருளின்பத்தைப் பொதுமையில் நுகர்தல்வேண்டும் என்பது பொருட்பொதுமையின் நுட்பம். இது கருணையன்றோ?

33. ஏழைகள் தொகையைப் பெருக்கிச் சோறிடுவது கருணையாகாது. ஏழ்மையைப் போக்குவது கருணையாகும். விளக்கத்துக்கு முன்னூல் பார்க்க.

34. கருணையுள்ள இடத்தில் சமரசம் இருத்தல் இயல்பு.

35. கருணையுடையார் அனைவரும் சன்மார்க்கரேயாவர்.

36. கருணை, சன்மார்க்கத்தின் உயிர்.

37. சத் என்பது முழு கருணையுடைய ஒன்று.

38. பொருளாதார சமரசத்தார், புரோகித மார்க்கத்தை விரும்புவதில்லை. அதைக்கொண்டு, அவர் சன்மார்க்கத்தை வெறுப்பதாகக் கொள்ளலாகாது. புரோகிதமார்க்கம் வேறு; சன்மார்க்கம் வேறு.

39. புரோகித மார்க்கம் அருக அருகச் சன்மார்க்கம் ஆக்கம்பெறும்.

40. கடவுள் நெறி என்னும் பெயரால் புரோகிதம் நடமாடுகிறது. அது கடவுள் நெறியன்று.

41. குருமார் பெயராலும் புரோகிதம் உலவிவருகிறது. குருமார்க்கும் புரோகிதத்துக்கும் எவ்விதத் தொடர்புமில்லை.

42. குருமார் போதனைகள் நேரிய முறையில் பரவாதவாறு தடைசெய்து வருவது புரோகிதம். இத்தகைப் புரோகிதத்துக்கும் குருமாருக்கும் எவ்வழியில் தொடர்பு இருத்தல் கூடும்?

43. குருமார் போதனைகளிலும் புரோகிதம் திரிபுகள் செய்திருக்கிறது. அத்திரிபுகளைப் பகுத்தறிவால் உணர்ந்து, அவைகளை ஒதுக்குதல் நல்லது.

44. கல்வி அறிவு ஒழுக்கத்திற் சிறந்து, உண்மை காண எதையும் பகுத்தறிவால் ஆராய்ந்து ஆராய்ந்து பண்பட்ட நெஞ்சிற்கு இது திரிபு? இஃது உண்மை என்பது இனிது விளங்கும்.

45. பண்பட்ட நெஞ்சிற்கு இயற்கை அன்னையின் அருள் கிடைத்தல் இயல்பு.

46. பண்பட்ட நெஞ்சுடைய நன்மக்கள் வழித்தீமையைப் போக்க இயற்கை அன்னை எப்பொழுதும் முனைந்தே நிற்கிறாள். அவள் துணைபெற மக்கள் தங்களைப் பண்படுத்திக் கொள்ளல்வேண்டும்.

47. பண்படாத மனத்துக்கு உண்மை விளங்காது.

48. குருமார் வரலாறுகளும் சரித்திர முறையில் பெரிதும் உலகில் வழங்கவில்லை. புரோகிதப் புனைந்துரைகள் பெரிதும் குருமார் வரலாறுகளாக வழங்கப்பட்டு வருகின்றன.

49. ஒரே குரு, ஒரு சாராரால் போற்றப்படுகிறார்; மற்றொரு சாராரால் தூற்றப்படுகிறார். இதற்குக் காரணம் என்னை? மதப்பித்தே யாகும்.

50. மதப்பித்து, புரோகிதத்தின் பிள்ளை.

51. மதப்பித்து ஒரு சார்பில் அளவுகடந்த போற்றலையும், மற்றொரு சார்பில் அளவுகடந்த தூற்றலையும் எழுப்பும்.

52. மதப்பித்து வளர வளரப் புரோகிதமும் வளர்ந்து வரும். மதப்பித்தால் புரோகிதத்தின் வாழ்வு நடந்து வருகிறது.

53. புரோகிதப் புனைந்துரைகளாலாகிய குருமார் வரலாறுகளை நம்புதல் கூடாது. அவைகளை மொழிக்குரிய இலக்கியங்களாகக் கொள்ளலாம்.

54. சன்மார்க்க சங்க நோக்கத்தைப் பிரசாரஞ் செய்யும் போது, அந்நோக்கத்துக்கு மாறுபட்ட அமைப்புகளோ ஆட்சி முறைகளோ பிறவோ ஆங்காங்கே காணப்படின், அவைகளை வன்மையால் தாக்குதல் கூடாது. அமைப்புகளும், ஆட்சி முறைகளும், பிறவும் மக்களல்ல. அவைகள் மக்களால் கோலப்படுவன. மக்கள் சன்மார்க்கத்தில் திரும்பினால், அமைப்பு, ஆட்சிமுறை முதலியனவும் சன்மார்க்கத்தில் திரும்பும். ஆகவே, அன்பார்ந்த சன்மார்க்கப் பிரசாரத்தால், எதையும் ஒழுங்குபடுத்தவே முயலல் வேண்டும். வேறுவித வன்செயலில் புகுதல் கூடாது. அது சன்மார்க்க சங்க முறையாகாது.

55. மூர்க்கநெறி சன்மார்க்கமாகாது. எக்காரணம் பற்றியும் எதன் பொருட்டும் சன்மார்க்க சங்கத்தார் மூர்க்கத் துறையில் இறங்குதலாகாது.

56. சன்மார்க்கப் பிரசாரம் முதலியன அன்புவழியில் நிகழ்தல் வேண்டும்.

57. தீமையைத் தீமையால் போக்க முயலலாகாது. அம்முயற்சி தீமையையே பெருக்கும்.

58. தீமையைப் பிரசாரம் முதலியவற்றால் களைய முயல்வது அறம்.

59. சீர்திருத்தப் பிரசாரகர், முதலாவது தம்மைப் பண்படுத்திக் கொள்ளல்வேண்டும். அவர்கள் நெஞ்சில் இரக்கம் இருத்தல் வேண்டும்; பகைமை இருத்தல் கூடாது.

60. பகைமையறத் தம்மைப் பண்படுத்திக் கொள்ளாதவர் சீர்திருத்தத் தொண்டில் இறங்குதலாகாது.

61. சீர்திருத்தத்துக்குரிய முறைகளுள் சிறந்த ஒன்று நோன்பு. உண்மை நோன்பால் எல்லாம் ஒழுங்குபடும். நோன்புக்கு உள்ள ஆற்றல் பெரிது. நோன்பு முறைகள் முன்னூலில் சொல்லப் பட்டுள்ளன.

62. நாடு, நிறம், மொழி, சாதி, மதம் முதலியவற்றைப் பற்றியெழும் வேற்றுமை யுணர்வு ஒழிவதாக. சகோதர நேயம் பெருகுவதாக. உலக முழுவதும் சன்மார்க்கம் பரவுவதாக.

63. இயற்கையை உடலாக்கொண்டு, என்றும் மாறுதலின்றி, எங்கும் நீக்கமற நிறைந்து நிற்கும் ஒன்றாய், உண்மையாய், அறிவாய், அன்பாய், இன்பாய், அழகாய் உள்ள இறை வாழ்க.

64. இறைக்கு உடலாய் நின்று, திருவிளையாடல் புரியும் இயற்கை வாழ்க.

65. இயற்கை - இறைவழி நின்று, உலகை நடாத்தி வருங் குருமார் வாழ்க.

66. கால தேச வர்த்தமான நிலைமைக்கு ஏற்றவாறு, அவ்வப்போது குருமார்வழிப் பிறந்த அருள்மொழிகள் வாழ்க.

67. அருள்மொழிகளின் பொருளாயுள்ள சன்மார்க்கம் வாழ்க.

68. சன்மார்க்க சங்கம் வாழ்க.

திருவாரூர் - வி. கலியாணசுந்தரன்

சன்மார்க்க ஊழியன்

முற்றும்.

★ ★ ★

www.ingramcontent.com/pod-product-compliance
Lightning Source LLC
LaVergne TN
LVHW050822061126
851857LV00012B/934